D9900219

అత్తర్

(ఇతర కథలు)

మూల కన్నడ రచయిత

కేంద్ర సాహిత్య అకాడెమి(అనువాదం) పురస్కార గ్రహీత

శ్రీ కె. నల్లతంబి

తెలుగు అనువాదం

చందకచర్ల రమేశబాబు

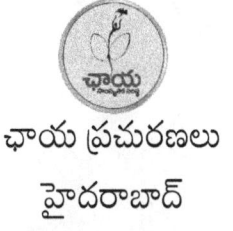

ఛాయ ప్రచురణలు

హైదరాబాద్

ATTAR (Itara Kathalu)
Stories

Author: K NALLA TAMBI
Translator: Chandakacherla Ramesh Babu

©Author

First Edition :
November, 2023

Copies : 500

Published By:
Chaaya Resources Centre
103, Haritha Apartments,
A-3, Madhuranagar,
HYDERABAD-500038
Ph: (040)-23742711
Mobile: +91-70931 65151
email: editorchaaya@gmail.com

Publication No: CRC-117
ISBN No. 978-93-92968-82-2

Cover and Book Design: Arunank Latha

Printed at:
Trinity Academy for Corporate Training Pvt., Ltd.,
Bangalore.

For Copies:
All leading Book Shops
https:/amzn.to/3xPaeId
bit.ly/chaayabooks

కె.నల్లతంబి

కె. నల్లతంబిగారి జననం 1949లో మైసూరులో. విద్యాభ్యాసం కూడా అక్కడే. ఒక ప్రైవేటు కంపెనీలో మార్కెటింగ్ మేనేజర్ గా 35 సంవత్సరాలు పనిచేసి రిటైర్ అయ్యారు. ఫోటోగ్రఫీలో చాలా ఆసక్తి. జాతీయ, అంతర్జాతీయ ప్రదర్శనలలో వీరి ఫోటోలు ప్రదర్శించబడి బహుమతులు అందుకున్నాయి. నాణ్య సంగ్రహణ కూడా వీరి హాబీ.

కన్నడం నుండి తమిళ భాషకు, తమిళం నుండి కన్నడానికి అనువాదాలు చేస్తారు. తమిళ కథలు, కవితలు కన్నడ పత్రికలలోనూ, అలాగే కన్నడ కవితలు, కథలు తమిళ పత్రికల్లో ప్రచురితమయ్యాయి. కన్నడం నుండి తమిళానికి 24 కృతులు, తమిళం నుండి కన్నడానికి 15 కృతులు అనువదించారు. వీరి అత్తరి కథా సంకలనం కన్నడంలోనూ, తమిళంలోనూ ప్రచురితమయ్యాయి. ఇవి కాకుండా వీరి స్వతంత్ర కవితలు "కోశి"స్ కవితెగళు అనేక చదువరుల అభిమానం చూరగొంది.

వీరు అనేక పురస్కారాలతో పాటు కేంద్ర సాహిత్య అకాడెమి (అనువాద సాహిత్య) పురస్కారాన్ని అందుకున్నారు. కన్నడ సాహిత్య అకాడెమి సభ్యులుగా ఉన్నారు. ప్రస్తుతం బెంగళూరులో ఉంటున్నారు.

చందకచర్ల రమేశబాబు

చందకచర్ల రమేశబాబు గారు నివృత్త బ్యాంకు అధికారి. హైదరాబాద్ శివార్లలో ఉంటున్నారు. భాషాభిమాని. కర్నాటక లోని సరిహద్దు జిల్లా కేంద్రమయిన బళ్ళారిలో పుట్టినందువల్ల ఆయనకు కన్నడం, తెలుగు రెండూ భాషల పరిచయం ఉంది. రెండూ భాషలలో అనువాదం చేస్తారు. ఆయన అనువదించిన కథలు అటు తెలుగు పత్రికలలోనూ, కన్నడ పత్రికలలోను ముద్రణకు నోచుకున్నాయి.

ఆయన కన్నడంలో "మనదర్పణ, అనిసిద్దెల్ల అక్షరదల్లి" అనే రెండు కవితా సంకలనాలను తీసుకువచ్చారు. తెలుగు నుండి తూర్పుగాలి, మంచుపువ్వు, తపన నవలలను కన్నడంలోకి అనువదించారు. దేవరకొండ బాలగంగాధర తిలక్ గారి "అమృతం కురిసిన రాత్రి" కవితా సంకలనంలో కొన్ని కవితలను కన్నడంలోకి అనువదించి పుస్తకంగా తీసుకువచ్చారు.

తెలుగులో "గీతలోని మార్గదర్శకాలు" అనే శీర్షికన "కర్తవ్య బోధన, స్థితప్రజ్ఞత, త్రిగుణాలు" అనే మూడు పుస్తకాలను స్వంతంగా రాశారు." ఉపనిషత్తుల సారం" అనే పుస్తకాన్ని కన్నడం నుండి అనువదించారు.

ఆయన అనువాద కృషికి గాను 2019లో గిడుగు రామమూర్తి పంతులు గారి పురస్కారాన్ని అందుకున్నారు.

విషయ సూచిక

అత్తర్

హైదరాబాద్ ఓల్డ్ సిటీలోని ఒక అత్తరు దుకాణంలో కూర్చుని ఉన్నాను. ఆసక్తికరమైన విషయమేమిటంటే ఇక్కడ ఏ భాష మాట్లాడేవారైనా దీన్నిఓల్డ్ సిటీ అనే అంటారు. హిందీ వాళ్ళు "పురానీ శహర్" అని కానీ, తెలుగు వాళ్ళు "పాత నగరం" అని కానీ, తమిళం మాట్లాడేవాళ్ళు "పళైయ నగరమ్" అని కానీ అనరు. ఉర్దూ మాట్లాడేవాళ్ళు, ఇంగ్లీష్ తెలియనివారూ కూడా ఓల్డ్ సిటీ అనే పిలుస్తారు. ఆంగ్ల భాషలోని ఈ రెండు పదాలు మనకు అక్కడి చార్మినార్ చుట్టుపక్కల కనిపించే గిజగిజలాడే రోడ్లు, ఇరుకు గల్లీలు, హలీమ్ చేసే ఫుట్పాత్ హోటళ్ళు, శేర్వాని కుర్తాలు వేసుకుని కళ్ళకు సుర్మా రాసుకుని మీసాలు తీసేసి ఉత్త గడ్డం పెంచుకుని తిరిగేవారు, నలుపు బుర్ఖాలు, గాజులు ముత్యాలు అమ్మే అంగళ్ళు, తోపుడు బళ్ళలో ఎత్తుగా పోసుకుని అమ్ముకునే రొట్టె బిస్కత్తులు, చాయ్ దుకాన్లు, బిర్యాని షేర్వా సువాసనలు వీటన్నిటినీ కళ్ళకు కనిపించేలా చేసేంతగా ఇతర భాషల పదాలు చేయలేవు. ఇది నిజమో భ్రమో అర్థం కాదు. కానీ కొన్ని పదాలు అంత ప్రభావితం చేస్తాయి.

బెంగళూరులోని ఒక ప్రైవేట్ కంపెనీలో ఉద్యోగం చేస్తున్న నన్ను ప్రమోషన్ పైన హైదరాబాద్ పంపించారు. ట్యాంక్ బండ్ దగ్గర ఉన్న నా ఆఫీస్ కు దగ్గరగా గగన్ మహల్ ఏరియాలో ఒక రెండు బెడ్ రూముల ఇంటిని అద్దెకు తీసుకుని కాపురం ఉంటున్నాను. వచ్చి నాలుగేళ్ళయినా ఇంకా ఎవరూ స్నేహితులు అవ్వలేదు.

9

కొంతమంది బంధువులున్నా వారితో పెద్ద టచ్ లేదు. కాబట్టి ఆఫీసులో పనయిపోయినాక నేను ఇంట్లోనే భార్యా పిల్లలతో గడిపేవాణ్ణి.

ఇలా నీరసంగా రోజులు సాగిపోతున్న సమయంలో ఒక పత్రికలోని ప్రకటన నన్ను ఆకర్షించింది. దాన్ని చూసి ఫోటోగ్రఫీ నేర్చుకుందామని జాయిన్ అయ్యాను. ప్రతి ఆదివారం ఉదయం 8 నుండి 10 దాకా ఆబిడ్స్ లోని ఒక స్కూల్లో తరగతులు జరిగేవి. దాని కోసం పెంటెక్స్ కెమెరా కొన్నాను. ఇలా మూడు నెలల ట్రైనింగ్ తర్వాత ఇక్కడి ఫోటోగ్రాఫర్ల అసోసియేషన్ లో సభ్యత్వం పొందాను. ఆదివారం తొందరగా లేచి హైదరాబాద్ చుట్టుపక్కల ఏదైనా స్థలానికి అసోసియేషన్ స్నేహితులతో వెళ్ళి ఫోటోలు తీసుకువడం అలవాటయ్యింది. కొన్నిసార్లు నేను ఒక్కణ్ణే వెళ్ళేవాణ్ణి. అలాగే ఈ రోజు ఒక్కణ్ణే బయలుదేరిన వాణ్ణి ఏదో కుతూహలం కొద్దీ ఓల్డ్ సిటీకి వచ్చి ఈ అత్తర్ అంగళ్ళో కూర్చుని అత్తర్ అమ్మేవాడు ఉర్దూలో అత్తర్ గురించి చెప్తూంటే వింటున్నాను.

ఇత్తర్ అనే అరబ్బీ పదమే కాలక్రమేణ అత్తర్ అయిందట. దీన్ని కొన్ని రసాయన పదార్థాలతో తయారు చేస్తారట. కానీ పూలు, వేళ్ళు, మసాలా పదార్థాలతో లేదా ఉడికించిన మట్టి, గంధపు నూనెతో తయారైన అత్తర్లే నిజమైన అత్తర్లట. వీటిని నీటిలో ఉడికించి అవిరిగా మార్చి వడగట్టినప్పుడు వచ్చే తైలాన్ని సుమారు ఒక సంవత్సరం నుండి పది సంవత్సరాలదాకా సేకరించి తరువాత వాడతారట. వాటి నాణ్యత బట్టి వాటి ధరలుంటాయి అని చెప్పాడు.

10 ఎమ్.ఎల్ అత్తరుకు వంద రుపాయలనుండి లక్ష రుపాయలకు పైగానే ఉంటుందట. ఉత్తర ప్రదేశ్ రాజధాని లక్నోకు సుమారు 150 కి.మీ దూరం ఉన్న కనౌజ్ అనే ఊరే ఇప్పటికూడా అత్తర్ తయారీకి ప్రసిద్ధి అట. మొగలాయిలకు, నవాబులకు అత్తర్ అంటే చాలా ఇష్టమట. హైదరాబాద్ నవాబులకయితే మల్లెపూల అత్తర్ అంటే చాలా ఇష్టమట. తూర్పు దేశాలలో అత్తర్ ను అతిథులకు బహుమతిగా ఇవ్వడాన్ని గౌరవప్రదంగా భావించే పద్ధతి ఇప్పటికీ ఉంది. ఈ అత్తర్ ను అందంగా

కనిపించే కట్ గ్లాసుతో చేసిన చిన్న, పెద్ద సీసాలలో నింపి అమ్ముతారు. రంగురంగుల ద్రవాలు నింపుకున్న కట్ గ్లాసు సీసాలపైన పడే కిరణాలు అన్ని వైపులకీ చెదిరిపోయి కలల ప్రపంచాన్ని సృష్టిస్తాయి. ఈ సీసాలను ఇత్తర్ దాన్ అని పిలుస్తారు. సూఫీ సంతులు ధ్యానం చేసేటప్పుడు, సూఫి నృత్యసమయంలో దర్వేశిలు అత్తర్ వాడతారు. కేసరి, మొగలి, మస్క్, గులాబి, హీనా, అమ్బర్, జాస్మిన్ ఇలా ఎన్నో విధాల సువాసనల అత్తర్లున్నాయి. ఈ అత్తర్ ను కొన్ని గుండెవ్యాధుల మందుల తయారీలో కూడా వాడతారట. ఈ సువాసన ద్రవ్యాలను ఉపయోగించి "అరోమా థెరపి" అనే చికిత్సతో కొన్ని రోగాలను నయం చెయ్యొచ్చట.

ఇలా అతడు అత్తర్ గురించిన అనేక విషయాలను చెప్పసాగాడు. ఉదయం పూట కావడంతో అంగట్లో ఇతర గిరాకిలెవరూ లేదు. అత్తరు గురించిన సంపూర్ణ సమాచారాన్ని నాకు చేరవేయాలని అతని తపన. తన దగ్గరున్న అత్తరు సీసాల నుండి అందులో వేసిన గాజు కడ్డీకి అత్తరును రాసి నా ముంజేతికి రాస్తూ, వాసన చూడమన్నాడు. ఇలా కొన్ని వాసనలన్నీ కలగలిపి అదేదో రకమైన గాఢమైన వాసన నా తలకెక్కింది. ఒక రకమైన మత్తు నా నెత్తిలో చోటు చేసుకుంది. వెళ్ళిపోదాం అనిపించింది. అతడేమో నాకు ఒక్క బాటిలైనా అమ్మాలని పట్టుదల మీద ఉన్నట్టనిపించింది. నన్ను వదిలేటట్టు లేదు అనిపించింది. మొదటి గిరాకీ కదా, బోణీ కొట్టాలి మరి. చివరికి ఆ లఖ్నవి కుర్తా పైజామా తొడుక్కుని, తలకు తెల్ల దారాలతో నేసిన తఖియా టోపీ పెట్టుకున్న, మీసాలను నున్నగా గొరిగేసి ఉత్త గడ్డం మాత్రం పెంచుకున్న అతడినుండి బయటపడడానికి మల్లెపూల ఘుమఘుమల చిన్న ఇత్తర్దాన్ సీసాను 350 రుపాయలకు బేరమాడి కొనుక్కున్నాను. దాంతో పాటు అతడి చిటికెన వ్రేలంత చిన్న సీసాను కానుకగా ఇస్తూ నవ్వు పులుముకున్న ముఖంతో "శుక్రియా సాబ్, ఆప్ కే మేమ్ సాబ్ కొ బహుత్ పసంద్ ఆయెగా" అన్నాడు. ఎంత బేరమాడినా ఎక్కువే ఇచ్చేసానేమో అనిపించింది నాకు.

అతని కొట్టు మెట్లు దిగి నాలుగయిదు అడుగులు వేసానో లేదో కాలికేదో తగిలినట్టనిపించి వంగి చూశాను. క్రింద పాల మీగడ కలర్లోని A 4 సైజు కవర్ ఒకటి కనిపించింది. చేతిలోకి తీసుకుని, అటూ ఇటూ చూశాను. ఎవరూ కనబడలేదు. కవర్ని ముందూ వెనకా తిప్పి చూశాను. ఎవరికి చేరాలో వారి చిరునామా కానీ, పంపే వారి చిరునామా కాని కనబడలేదు. కవర్ పై భాగంలో ఎడమ మూలలో ఒక చిన్న వృత్తంలో ధనస్సు రాశి గుర్తు కనిపించింది. ఆ చిత్రం లోని పై భాగం విల్లెక్కు పెట్టిన మనిషి ఆకారం, క్రింది భాగం గుర్రం నడుం భాగంగా ఉండింది. ఈ కవర్ ఎవరిదో ధనస్సు రాశి వారిదయి ఉండాలని అనిపించింది. కవర్ ని ఎరుపు రంగు లక్కతో సీల్ చేశారు. దాని పైన కూడా ధనస్సు రాశి గుర్తు కనిపించింది. ముందేమో ఇది ఏ కంపెనీదైనా కవరేమో అనిపించింది. మందమైన హ్యాండ్ మేడ్ పేపర్ తో చేసిన సుందరమైన కవర్ అది. ధనస్సు రాశి గుర్తు కూడా బంగారు రంగులో ముద్రించి ఉండి ముద్దుగా ఉండింది. ఇవన్నీ చూడగా కవర్ కంపెనీది అయి ఉండదు, ఎవరో రసిక వ్యక్తిదే అయి ఉండాలి అనిపించింది. ఆ కవర్ నుండి కూడా అత్తరు సువాసన వచ్చింది. ముందుగానే ఉండిందా లేక నా చేతి నుండి సోకిందా తెలియలేదు.

*****

అప్పుడే కొత్తగా కొన్న కైనెటిక్ హోండా స్కూటర్ ముందు వైపు బాక్స్ లో ఆ కవర్ ను ఉంచి మూసేసి ఇంటి వైపు బయలుదేరాను. ఆ రోజు ఫోటోలు తీయలేదు. ఇంట్లోకి రాగానే నా వైపు పరుగెత్తుకొచ్చిన నా ఐదు సంవత్సరాల బాబు నా నుండి వస్తున్న అత్తరు వాసన చూసి ముక్కు చిట్లించి "అమ్మా ! నాన్న దగ్గర్నుండి అదో రకమైన వాసన వస్తోందే" అనగానే, లోపల్నుండి వచ్చిన నా భార్య నావైపు సంశయంగా చూస్తూ "ఎక్కడిదండీ ఈ అత్తరు వాసన" అని అడిగింది. నేను జరిగిన సంగతంతా చెప్పి ఆమెకు నేను తెచ్చిన అత్తర్ సీసాను ఆమెకిచ్చాను. ఆమె అట్టపెట్టెలో పత్తితో చుట్టి పెట్టిన కట్ సీసాను చూసి

“బాటల్ బావుంది“ అంది. తరువాత “అత్తరూ బావుంది“ అంటూ వంకరగా నవ్వింది.

నా రూముకు వెళ్ళి కెమెరాను బీరువాలో పెట్టి, ఆ కవర్ని మళ్ళీ ఒకసారి వెనుకా ముందూ చూసి, తీసి చూడనా అని ఆలోచించి, మళ్ళీ “ఎందుకులే ఎవరిదో ఏమో, ఏం వ్రాసుకున్నారో ఏమో నాకెందుకు? తరువాత దీని గురించి ఆలోచిద్దాం“ అనుకుని నా బీరువాలోనే ఉంచుతూ కాంప్లిమెంటుగా అత్తర్ సాయిబు ఇచ్చిన చిటికెన వేలు సీసాను దాంతోపాటే ఉంచాను.

*****

ఆ రోజు ఆదివారం మధ్యాహ్నం. భార్యా, బాబు చికెన్ బిరియాని కడుపునిండా తిని, ఆ మత్తులో నిద్ర పోతున్నారు. నేను మాంసాహారం తినను. అన్నం చారూ తిని మధ్యాహ్నం పూట నిద్ర అలవాటు లేని కారణంగా హాల్లో అటూ ఇటూ తిరుగుతున్నాను. విసుగ్గా ఇంట్లోని 14 “దయనారా” బ్లాక్ అండ్ వయిట్ టివి ఆన్ చేశాను. ఉన్న ఒక దూరదర్శన్ చానల్లో మొగలే ఆజమ్ చిత్రం వస్తోంది. ప్యార్ కియా తో డర్నా క్యా అనే పాటకు మధుబాల నృత్యం చేస్తోంది. మొత్తం సినిమాని బ్లాక్ అండ్ వైట్లో తీసి ఈ పాటను మాత్రం కలర్లో తీసినా అప్పటి టీవీలలో బ్లాక్ అండ్ వైట్లోనే వచ్చేది. ఎన్ని సార్లు ఈ సినిమా చూడాలి అనిపించి ఆ పాట అయిపోయేదాకా చూసి తరువాత కట్టేసి, ఏదైనా పుస్తకం చదువుదామని బీరువా తీశాను. తీయగానే అత్తర్ సువాసన. ఆ చిట్టి సీసాతో పాటు ఉన్న పాల మీగడ తెల్ల కవర్ కనిపించింది. చాలా రోజులైంది దాని గురించి మరచిపోయి. దాన్ని తీసుకుని హాల్లోకి వచ్చి విప్పి చూద్దామా వద్దా అనే సందిగ్ధంలో పడ్డాను. అందులో ఏముందో? బహుశ ఉత్తరమే ఉండొచ్చు. ఎవరిదో ఏమో?

ఎవరిదో ఉత్తరాన్ని అలా చదవడం సబబేనా అనే నైతిక సంబధమైన ప్రశ్నల సందిగ్ధానికి లోనై, కొంత సేపు తన్నుకున్నాను. తరువాత “చూసేద్దాం, అందులో

ఎవరికని తెలిస్తే వారికి చేర్చవచ్చు” అని మనసుకు ఊరట చెప్పుకుని కవర్ ను తెరిచాను. పది పన్నెండు A 4 సైజు ఐవరి పేపర్లకు ఒక జెమ్ క్లిప్ వేసి కనిపించింది. ఎడమ వైపు భాగం లో బంగారు రంగులో అదే ధనస్సు రాశి బొమ్మ అన్ని పేజీల్లోనూ కనిపించింది. ఎలెక్ట్రానిక్ టైప్ రైటర్లో అందంగా పేజీకి ఒకే వైపున ఇంగ్లీషులో టైపు చేసింది కనిపించింది. మొదటి లైను మాత్రం నల్లటి ఇంకులో ఇటాలిక్ శైలిలో ముద్దుగా చేత్తో రాసిన ఇంగ్లీషు అక్షరాలు కనిపించాయి. ఆ లైనును చదివాను. Ditty My Dear.

వెంటనే అర్థమయింది ఇదేదో ప్రేమలేఖ అని. ముందుకు చదవాలా వద్దా అనే మీమాంస సతాయించింది. ఇంకా ఏమైనా క్లూ దొరుకుతుందేమోనని అలా ఒక్కసారి ఉత్తరాన్నంతా కళ్ళతో చదివాను. చివరగా Loving Regards, Yours, M 10th March 1985 అని రాసుంది. మొదటి లైన్ లాగే ఇది కూడా ఇటాలిక్ శైలిలో నల్లంటి ఇంకుతో చేత్తో రాసి కనిపించింది. ఇది రాసి పదిహేను రోజులయ్యాయి. పాపం, పోగొట్టుకున్న వ్యక్తి ఎంత బాధపడుతున్నాడో. ఉత్తరంలో వివరాలేమైనా ఉంటే దీన్ని ఎవరికి చేర్చాలో వారికి చేరవేయవచ్చు. ఎందుకని ఈ చిరునామా కూడా వ్రాయలేదు. బహుశ పర్సనల్ గానే ఇవ్వాలనేమో ?

ఖచ్చితంగా ఇది ప్రేమ పత్రమే. ఎలాంటి అనుమానమూ లేదు. చదవడం మర్యాద కాదు అని అనిపించి అలాగే కవర్ లోపల పెట్టేశాను.

*****

మరుసటి రోజు ఆఫీసుకు రాగానే కొంచెం సేపటి తర్వాత, పక్కనే ఉన్న బషీర్ బాగ్ నాగార్జున హోటల్ పైనున్న డెక్కన్ క్రానికల్ వార్తా పత్రిక ఆఫీసుకు వెళ్ళి ఇంగ్లీషులో ఒక చిన్న ప్రకటనను రాసిచ్చి దానికయ్యే రుసుము రు.50 ఇచ్చాను.

“డిట్టి మై డియర్ అని సంబోధించబడి, 10వ తేదీ మార్చ్ 1985 రోజు వ్రాసి, M అని సంతకం చేసిన ఉత్తరం, దాంతో పాటు ధనస్సు రాశి చిహ్నం ముద్రించిన ఒక

కవర్, ఓల్డ్ సిటి చార్మినార్ దగ్గరి అత్తర్ షాపు ముందు నాకు దొరికింది. పోగొట్టుకున్నవారు ఈ క్రింది ఫోన్ నంబర్ పై సంప్రదించండి." అంటూ నా ఆఫీస్ ఫోన్ నంబర్ ఇచ్చాను. ఆ ప్రకటన మ్యాటర్ చదివిన అక్కడి గుమాస్తా "ఎంత మంచివారు సార్ మీరు. ఈ రోజుల్లో తమ డబ్బులు ఖర్చు పెట్టుకుని ఇలాంటి పని ఎవరు చేస్తారు చెప్పండి." అన్నాడు. నేను పేలవమైన ఒక నవ్వు నవ్వి వచ్చేశాను.

నేను పని చేసే ఆఫీసు చిన్నది. ముగ్గురమే మేము. నేను లేనప్పుడు ఫోన్ వస్తే వివరాలు కనుక్కుని ఉంచమని నా జూనియర్స్ ఇద్దరికీ చెప్పి పెట్టాను. వారాలు, నెలలు గడిచినా ఎవ్వరి వద్ద నుండి ఫోన్ రాలేదు. సంబంధించిన వారికి నా ప్రకటన కనిపించిందో లేదోననిపించింది. నా పుస్తకాల బీరువాలో ఒక మూల ఆ కవర్ ను పెట్టి మరచిపోయాను. కానీ, అప్పుడప్పుడు ఏదైనా పుస్తకం తీసేటప్పుడు బీరువా తలుపు తీస్తే అత్తర్ సువాసనా, ఆ తెల్ల కవర్ తొంగి చూసి నాకు జరిగింది గుర్తుకు తెచ్చేవి.

కానీ, ఏదో పాపపు ప్రజ్ఞ నన్నా ఉత్తరాన్ని చదవనివ్వలేదు.

*****

మూడు సంవత్సరాల తరువాత నాకు మళ్ళీ ప్రమోషన్ వచ్చి బెంగళూర్లోని మా హెడ్డాఫీసుకు వచ్చి అప్పుడే ఏడెనిమిది సంవత్సరాలు గడచిపోయాయి. బెంగళూరుకు వచ్చాక కొద్దిమంది సాహితీ మిత్రుల సహవాసంతో నేను కూడా వ్రాయడం మొదలుపెట్టాను. అప్పుడే ఒక ఏడెనిమిది కథలు, కొన్ని కవితలు అక్కడి వార, మాస పత్రికలలో ప్రకటించబడి నా పేరు కూడా రచయితల పట్టీలో నమోదయింది.

నేను పుస్తకాల బీరువా తెరచినప్పుడల్లా అత్తరు సువాసన, ఆ కవర్ నన్ను సతాయించేవి. ఇలాగే ఒక రోజు ఏదో పుస్తకం కోసం వెతుకుతూ బీరువా తీసేసరికి మళ్ళీ ఆ కవర్ కనిపించింది. అప్పటికి ఆ కవర్ నా చేతికి వచ్చి సుమారు పన్నెండో, పదిహేనో సంవత్సరాలయ్యాయి అనిపించింది. మెల్లిగా కవర్‌ను దాని అత్తరు సువాసనతో పాటు చేతిలోకి తీసుకున్నాను. ఎందుకో ఈ రోజు ఆ ఉత్తరాన్ని

చదివేయాలి అనిపించింది. ఇన్ని రోజులు చదవకుండా ఆపుకున్న నా నైతిక విలువలు సడలిపోయాయి. నా ఫీలింగ్ కి తర్కం కూడా తోడయ్యింది. ఇన్ని సంవత్సరాలయ్యాయి. చదివితే తప్పేముంది? ఎవరో తెలియదు. వారికైనా ఇది నా దగ్గర ఉందని ఎలా తెలుస్తుంది? వారు కూడా మరచి పోయుండొచ్చు. ఇంతా చేసి అది ప్రేమ లేఖే కదా. అందులో ఏ రహస్యమున్నా నేనెవరికి చెప్తాను? ఎవరు నన్నడిగేది? ఈ ఉత్తరం ఎవరికి రాసుందో వాళ్ళకైనా ఎలా తెలుస్తుంది? ఇలా నా పరంగా నేను వాదించుకుని నా బుద్ధిని మనస్సుకు అప్పగించి ఉత్తరం చదవడానికి తయారయ్యాను.

*****

నాకు ముందుగా కుతూహలాన్ని రేపింది డిట్టి అనే ఆ పేరు. డిట్టి అనేది అదెంత ముద్దొచ్చే పేరు! ఇది ఇంగ్లీష్ పదం. దీనర్థం ఒక చిన్న పాట అని. పాటకోసమే రాసిన చిట్టి కవిత. ఉత్తరం రాసింది మగవాడే అయ్యుండాలి. చాలా మట్టుకు రసికుడే అయ్యుండాలి. లేకుంటే ఇలాంటి పేరు స్ఫురించడం కష్టమే. అతడు ప్రేయసినే ఇలా ముద్దు పేరుతో పిలుస్తుండాలి. మరి ఈ M అంటే ఏమయ్యుండొచ్చు ? అతడి పేరులోని మొదటి అక్షరమయ్యుండొచ్చు. అతడి ఇంటి పేరో ముద్దు పేరో అయ్యుండే ఛాన్సు తక్కువే. మరి తన పేరు పూర్తిగా రాయకుండా ఉత్త M మాత్రమే ఎందుకు రాశాడు ? ఈ అక్షరంతో మొదలయ్యే పేరు ఏమయ్యుంటుంది ? మోహన్, మురళి, ముకుంద్.. ఇలా ఏదో ఒక కృష్ణుడి పేరే అయ్యుండాలి. ప్రేమించేవాడి పేరు వేరే ఇంకెలా ఉంటుంది? మనం మోహన్ అనే పిలుచుకుందాం. మోహనంగా ఉంటాడేమో. ధనస్సు రాశివారు మంచి ప్రేమికులని విని ఉన్నాను. మరి ఈయన రాశి ధనస్సయితే ఆమెది ఏదయి ఉంటుంది ? నా కల్పన ఏవేవో దారులు పట్టింది. ఈ రాశుల గురించి లిండా గుడ్డన్ మొదలయిన వారు రాసిన అనేక వ్యాసాల్ని చదివాను కాబట్టి కొన్ని గుర్తుకొచ్చాయి. ఈ ధనస్సు రాశికి అనురూపమైన కొన్ని రాశులు మిథునం, కర్కాటకం, తుల, ధనస్సు, కుంభం. వీటిలో ఏదుండొచ్చు?

కుంభరాశి అయితే శ్రేష్ఠం. ఆ రాశివారే ధనస్సు రాశివారికి అన్నివిధాలా సర్దుకుని పోతారట. నాకు వీటిమీద నమ్మకం లేకపోయినా ఊరకే కుతూహలానికని ఇలా ఆలోచించాను.

*****

డిట్టి. ఈ పూర్తి పేరు గురించి మనం బుర్ర చెడుపుకోవద్దు. ఒక చిట్టి కవిత/పాట అనుకుంటేనే బాగుంది. అదే కొనసాగిద్దాం. ఈమెకి సుమారు ఒక ముప్పై/ ముప్ఫై అయిదేళ్ళు ఉండొచ్చు. విడాకులు తీసుకుంది. ఏదో ఒక జాతీయ బ్యాంకులో పని చేస్తోంది. ఇటీవలే బెంగళూరు నుండి హైదరాబాద్ కి ట్రాన్స్ ఫర్ మీద వచ్చి ఖైరతాబాద్ శాఖలో పని చేస్తోంది. అక్కడే దగ్గర్లో ఒక చిన్న ఇంట్లో అద్దెకుంటోంది. వచ్చి సుమారు ఒక సంవత్సరం అయ్యింది. ఈమె విడాకులు తీసుకుందని అక్కడ ఎవరికీ తెలియదు, ఒక్క ఈ M అని రాసుకున్న మోహన్ కు తప్ప. అతడు ఇదే బ్యాంకులోని ఓల్డ్ సిటీలోని ఒక శాఖలో పనిచేసే హైదరాబాద్ మనిషి. బ్యాంక్ వాళ్ళ ఒక పార్టీలో ఇద్దరూ కలుసుకున్నారు. తరువాత పరిచయం పెరిగింది. మోహన్ కు సుమారు 40 సంవత్సరాల వయస్సు ఉండవచ్చు. పెళ్ళైంది. ఒక అబ్బాయి. మన డిట్టికి తెలుగు రాదు, మోహన్ కు కన్నడం రాదు. ఇద్దరూ ఇంగ్లీషులోనో, హిందీ లోనో మాట్లాడుకునేవారు. డిట్టిది చామన చాయ, నూనె రాసినట్టు మెరిసే చర్మం, నల్లగా ఒత్తుగా భుజాల దాకా పరచుకున్న కురులు, మెరిసే వజ్రాల్లా ఉన్నా ఎప్పుడూ ఉదాసీనంగా కనిపించే కళ్ళు, నుదుట బొట్టు, చెవుల్లో కమ్మలు, ముక్కుకు ఎడమ వైపు మెరిసే ముక్కుపుడక. ఎప్పుడూ ఆమె కట్టే గంజిపెట్టి ఇస్త్రీ చేసిన గరగరలాడే మగ్గం చీర, సన్నగా పొడుగ్గా ఉన్న ఆమె అందానికి మెరుగులు దిద్దేది. ఆమెను ఒక సారి చూసిన ఏ మగవాడైనా తిరిగి చూడకుండా వెళ్ళిపోవడమన్నది అసాధ్యం. అటువంటి కిల్లర్ బ్యూటీ ఆమె!

ఆడ మగ స్నేహం ఎప్పుడు ఎలా ఆకర్షణకు లోనై మోహంగానో, ప్రేమగానో మారుతుందో చెప్పడానికి ఎవరికీ సాధ్యం కాదు. వీళ్ళ స్నేహం కూడా అంతే.

పార్టీలో కలిసిన తరువాత అప్పుడప్పుడు ఫోన్లో మాట్లాడుకున్నారు. తరువాత శనివారాలు బ్యాంకు సగం రోజు కాబట్టి పని ముగించేసి, ఎక్కువ రద్దీ లేని రిట్జ్ హోటల్లో మధ్యాహ్నం భోజనం కానిచ్చి, చాలా సేపు కబుర్లతో కాలం గడిపి ఎవరిళ్ళకు వాళ్ళు వెళ్ళేముందు ఒక కప్ కాఫి త్రాగడం అలవాటయింది. ఆ రిట్జ్ హోటల్ బహుశా బ్రిటిష్ వాళ్ళ కాలం నాటిదై ఉంటుంది. ట్యాంక్ బండ్ పక్కనున్న ఆనంద్ నగర్లో ఒక్క చిన్న మిట్ట పైన ఉన్న కాస్త పెద్ద హోటల్. బయటినుండి పాత కోట లాగా కనిపిస్తుంది. కాని లోపల మంచి వాతావరణం. ఎత్తైన కిటికీలు, వాటికి రంగురంగుల పరదాలు, ఎత్తైన పైకప్పునుండి వేలాడుతున్న శ్యాండలియర్లు, గోడకు అలంకరించిన కత్తి డాలు ఈటె మొదలైనవి, కొన్ని అందమైన తైల వర్ణ చిత్రాలు, శుభ్రమైన తెల్లటి గుడ్డ పరచిన గుండ్రటి టేబుల్స్, వాటి చుట్టూ కుషన్లు వేసిన నాలుగు చెక్క కుర్చీలు, టేబల్ పైన ఒకే ఒక గులాబి పువ్వున్న ఫ్లవర్ వేజ్, తెల్ల వస్త్రాలతో అటూ ఇటూ తిరిగే వెయిటర్లు, మొగలాయి శైలిలో తయారైన శుచీ రుచీగల వంటకాలు ఇవన్నీ ఆ హోటల్ లోపలికి అడుగు పెట్టిన వారిని ఏదో లోకాలకు తీసుకెళ్ళేవి. వీరిద్దరూ ప్రతి వారం అక్కడికొచ్చి భోజనం చేయడం వలన అక్కడి వెయిటర్లకు బాగానే పరిచయమయ్యారు. వీరికిష్టమైన పదార్థాలేవి అనేది వారందరికీ తెలుసు.

వీరు వచ్చి కూర్చోగానే ఆర్డర్ చేయకముందే తెచ్చిపెట్టే పానీయం స్వీట్ అండ్ సాల్ట్ లెమన్ సోడా. తరువాత ఇద్దరికీ ఇష్టమైన రోటీ, ఆలూ పాలక్, గోబీ మసాల, జీర రైస్, దాల్ తడ్క వచ్చేవి. చివరిగా ఆ రోజు డెసర్ట్-కెరామెల్ కస్టర్డ్, కుర్బానీ కా మీఠా, శాహి తుక్డా ఏదైన ఒకటి వచ్చేది. ఇద్దరికీ శాహి తుక్డా అంటే చాలా ఇష్టం. ఆవు నేతిలో వేయించిన గరగరలాడే త్రికోణాకారపు బ్రెడ్డు ముక్కలను తేనె కలిపిన చక్కెర పాకంలో కొంత సేపు నానపెట్టి తీసి, యాలకుల పొడి చిలకరించి, పింగాణి ప్లేటులో రెండు ముక్కలను అమర్చి వాటి పైన రబడి పోసి, బాదాం తురుము, జీడిపప్పు, కేసరి చిలకరించి వేడి వేడిగా తెచ్చి పెట్టగానే అక్కడ కూర్చున్న వారిద్దరి

నోళ్ళలో నీరూరిపోయేది. వాటిని ముక్కలు చేసి నోట్లో వేసుకుని అది కరగి పోయేటప్పుడు వీరిద్దరి మొహాల్ని చూడాలి.

అప్పుడే ముద్దు పెట్టుకుని తడిబారిన పెదవులతో కళ్ళు మూసుకుని కూర్చుంటే ఎలా ఉంటుందో అంత తాదాత్మ్యత. అప్పుడప్పుడు కొద్దిగా రబడి డిట్టి పెదాల అంచులకు అంటుకోవడం, ఎవరూ చూడకుండా దాన్ని మోహన్ తన చిటికెన వ్రేలితో తీసి నోట్లో వేసుకుంటే ఆమె చామన చాయ మొహానున్న కుంకుమకు మరికొంచెం ఎరుపు రంగు కలిసేది. ఆమె "థత్.... యే క్యా శరారత్ హై" అంటూ ముద్దుగా కసిరితే, అతడి కళ్ళల్లోమరింత మత్తు కనిపించేది.

వారిద్దరూ ఇలా కలవడం కొనసాగుతూ ఉంది. అప్పుడప్పుడు ఇతడు ఆమెను తీసుకుని గోల్కొండ కిల్లా, గండిపేట్ చెరువుకు వెళ్ళేవాడు. అతడి వెనుక స్కూటర్ పైన కూర్చుని వెళ్ళడం అంటే ఆమెకు చాలా ఇష్టం. ఊరు దాటగానే అతడి నడుము చుట్టూ చెయ్యి వేసి పట్టుకుని అతడి భుజంపైన తల ఆనించి తనను తాను మరచిపోవడం ఆమెకెంతో సంతోషాన్నిచ్చే సంగతి. అలా వెళ్ళేటప్పుడు ఆమె కురులు అతడి చెక్కిలిని తాకితే నెమలి ఈక తనను తాకినట్టనిపించేది అతడికి. ఒకసారి అతడు ఆమెకు మల్లెపూల సువాసన కల అత్తర్ ను తెచ్చిచ్చాడు.

"అబ్బా ! దీని సుగంధం అచ్చం మా ఊరి మల్లెపూల సుగంధంలా ఉంది" అనింది. అలా స్కూటర్ పైన వెళ్ళేటప్పుడు ఆ అత్తర్ సువాసన గాలిలో తేలుతూ అతడి ముక్కుకు సోకేది. అప్పుడు అతడు దానిని దీర్ఘంగా పీల్చేవాడు. ఆమె అతడి నడుముని ఇంకా గట్టిగా పట్టుకునేది.

ఆ రోజు ఉగాది. అతడిని తన ఇంటికి భోజనానికి పిలిచింది. చిన్నగా తరిగిన క్యారెట్, బీన్స్, బటాణాలు వేసి అరిటాకులో వడ్డించిన బిసి బేళె భాత్ పైన వేడి నెయ్యి వేసుకుని, వేయించిన వేరుశెనగలతో చేసిన ఆవడలను ఉల్లిపాయల, దోసకాయల రైతతో తింటుంటే వాటి రుచికి మైమరచి పోయాడతడు. ఇది మా వైపు చేసే స్పెషల్

భోజనం అంటూ ఆమె కొసరి కొసరి వడ్డించి తినిపించి, చివరిగా గసాల పాయసం తెచ్చినప్పుడు అతడికి మగతగా అనిపించింది.

వారిద్దరూ పరస్పరం ఇచ్చుకున్న గిఫ్ట్ ల గురించి అందులో రాశాడతడు. ప్రత్యేకంగా అతడు ఆమెకు కుంభ రాశి చిహ్నాపు డాలర్ తో పాటు ఇచ్చిన బంగారు గొలుసు. ఆమె అతడికి ఇచ్చిన చేతి గడియారం. అతడు ఆమెకు తెచ్చిన ఆమెకిష్టమైన మగ్గం చీరలు... ఆమె ఇచ్చిన టీషర్టులు ఇలా.

మరుసటి రోజు ఆదివారం. "ఉండిపోండి" అందామె. ఎలాగూ పెళ్ళాం పిల్లలు ఇంట్లో లేరు. పండుగకని ఎవరో బంధువుల ఇంటికి వెళ్ళారు. రావడం రేపు మధ్యాహ్నామే అనుకుని

"ఓకే" అన్నాడతడు.

ప్రేమించుకునేవారు రాత్రి అలా ఆగిపోతే మామూలుగా ఏం జరుగుతుందో చెప్పనవసరం లేదు. ఆమె రాత్రికి ఉండి పొమ్మన్నదీ, అతడు ఒప్పుకున్నదీ దానికే మరి! అక్కడ జరిగింది కూడా అదే! ఆమె చామన చాయలో ఈ మురళీ మోహన ముకుందుడు కరగిపోయాడు. ఆ ముకుందుడి మోహన మురళికి ఆమె కూడా కరగిపోయింది.

*****

ఇలా అనేక విషయాలను రాస్తూ తన గురించి కూడా అందులో రాశాడు. ఇంతకు ముందు కూడా అనేక ఉత్తరాలను ఆమెకు రాశాడు అని కూడా అర్థమయ్యింది. మంచి ఇంగ్లీషు భాషలో ఉన్న ఉత్తరం అది. ఆ భాష మోడికి నేనే చిత్తయిపోయాను. ఇక డిట్టీకి ఎలా ఉంటుంది? ప్రేమికుడంటే ఇలా ఉండాలి అనిపించింది. ఆమెకు మళ్ళీ బెంగళూరుకు ట్రాన్స్ ఫర్ అయిన సంగతి తెలిసి తన మనస్సులోని బాధను ఆ ఉత్తరంలో రాసుకున్నాడు. ఆమె కడుపులో పెరుగుతున్న బిడ్డ గురించి జాగ్రత్తలు తీసుకోమన్నాడు. అబార్షన్ చేసుకోమని అతడు అన్న మాటకు ఆమె కోపగించుకుని

నిరాకరించడం గురించి రాస్తూ ముందు ముందు ఎదురించాల్సిన సమస్యల గురించి ఆమెకు వివరించాడు. ఆమె వాటిని ఖాతరు చేసినట్టు కనిపించలేదు.

*****

ఆ ఉత్తరంలోని విషయాలతోపాటు నేను ఊహించిన కొన్ని పరిస్థితులని కల్పించి ఒక కథ రాసి పంపించాను. క్రితం వారం ఒక మాసపత్రికలో అది ప్రచురించబడింది. దాంతర్వాతి కొన్ని రోజులకు నాకు పత్రిక ఆఫీసనుండి ఒక ఫోన్ వచ్చింది. నా అభిమాని ఒకరు అత్తర్ కథను చదివి నన్నుకలుసుకోవాలని అనుకుంటున్నట్టు, నా ఫోన్ నంబర్, ఇంటి చిరునామా కావాలని ఫోన్ చేశారని అన్నారు. నేను ఇవ్వండి అన్నాను. ఇలా అభిమానులు ఫోన్లో మాట్లాడడం, ఇంటికొచ్చి కలవడం అప్పుడప్పుడు జరిగేది.

ఆ రోజు కూడా ఆదివారం. వాకింగ్ తరువాత ఇంటికొచ్చి, ఆ రోజు పేపర్ తిరగేస్తూ కాఫీ తాగుతున్నాను. అప్పుడు ఒక ఫోన్. పేరు చెప్పి "మీ అభిమానిని. మీ కథలు కవితలు చదివాను. నాకు మీ రచనలంటే ఇష్టం." అన్నాక కొంచెం ఆగి "మిమ్మల్ని కలవాలి." అన్నది. నేను "ఈ రోజు ఆదివారం. ఇంట్లోనే ఉంటాను. రండి" అన్నాను. ఆ రోజు సుమారు పదకొండు గంటలకు ఆమె వచ్చింది. సుమారు యాభై సంవత్సరాలుండవచ్చు. వచ్చినావిడను ఎప్పుడూ చూడకపోయినా ఎందుకో తెలిసిన మనిషే అనిపించింది. బూడిద రంగు, నల్ల బార్డర్, జరీ బూటాలున్న నలుపు పల్లూ, మగ్గం చీరను గంజి పెట్టి ఇస్త్రీ చేయించి పొందికగా కట్టుకుంది. ఆ యాభై ఏళ్ళ వయస్సులోనూ ఆకర్షణీయంగా కనిపించింది.

నా కథ గురించి, ఇతర రచయితల గురించి, సాహిత్యం గురించి ఏమేమో మాట్లాడసాగింది. నా భార్య కాఫీ తెచ్చిచ్చింది. ఆమె కాఫీ త్రాగుతున్నప్పుడు నేను లేచి, లోపలికి వెళ్ళి హ్యాండ్ మేడ్ తెల్లని A 4 సైజు, బంగారు రంగులో ముద్రితమైన ధనస్సు రాశి చిహ్నంతో మెరుస్తున్న ఆ కవర్ తీసుకొచ్చి ఆమెకిచ్చాను.

మౌనంగా చేతిలోకి తీసుకుని, ముక్కు దగ్గరికి తీసుకెళ్ళి, దాన్నుండి వస్తున్న మల్లెపూల అత్తర్ సువాసనను పీల్చి, మెరిసే కళ్ళతో చేతులు జోడిస్తూ "థ్యాంక్సండీ ! ఇంట్లో అబ్బాయి వెయిట్ చేస్తుంటాడు. తొందరగా వెళ్ళాలి" అని అన్నది.

అలా ఆ చిట్టి కవిత ఆ కవర్ ను తన గుండెలకదుముకుని వెళ్ళిపోయింది.

(సాక్షి ఫన్ డే 13-10-2019 లో ప్రచురితం)

Something is missing

ఆకాశాన్నంటడానికి ఆతురపడుతున్న చెట్ల మధ్య నడుస్తున్నాము. ఒత్తుగా పెరిగిన తరువుల సాంద్రతను చీల్చుకుని చొచ్చుకువచ్చిన కిరణాలు చల్లగా ఉన్న అడవిని కాస్త వెచ్చబరచాయి. ఆమె తన చేతివ్రేళ్ళని నా చేతివ్రేళ్ళతో అల్లింది. గట్టిగా బిగించే ధైర్యం కానీ, వదులు చేసుకుని విడిపించుకునే మనస్సు కానీ నాలో లేకపోయింది. ఆమె అలా బిగించగానే మంచు గడ్డ నిప్పులో పడ్డట్టయింది.

నిన్ననే పరిచయమయిన ఆమె, చాలా ఏళ్ళ చనువు ఉన్నదానిలా నా చేతిని పెనవేసి పట్టుకుని ఈ దట్టమైన అడవిలో పక్షుల కిలాకిలారావాలు వింటూ నడుస్తోంది.

నిన్న రాత్రి రిసార్ట్ లోని బార్ లో నా ముందర వచ్చి "May I join you" అన్నప్పుడు,

జీన్స్ ప్యాంట్, టీ షర్ట్ లలో నిండుగా ఉన్న మధ్యవయస్కురాలను చూసి అవాక్కయినా, లేచి నుంచుని "Please" అని ఆహ్వానించడానికి ముందే, కుర్చీ లాక్కుని కూర్చుని, చేయి చాపి "I am Veronica" అంది. నేను ఆమె నీలపు కన్నులు, పొడవైన నాసిక, పట్టు కుచ్చులాంటి కురులు, ఎర్రని పెదాలు చూస్తూ ఉండిపోయాను. "You are exquisite" అంటూ నా ప్రమేయం లేకుండా నా నుండి

వచ్చిన ప్రశంసకు "Of course, I am" అన్న ఆమె ఆత్మవిశ్వాసానికి దంగ్గై ఉండిపోయాను. చేతిలో ఉన్న వైన్ గ్లాసును పెదాలకానించి చిరునవ్వు నవ్వింది. పెదాలు మరింత ఎర్రటి రంగు పులుముకున్నాయి.

*****

ఎగురుతున్న సీతాకోకచిలుకలను పట్టుకోవాలని ఆమె పరుగెత్తినప్పుడు, ఆమె చిన్న పిల్లయింది. ఆమె వెంటబడ్డట్టల్లా అవి ఎగురుతున్నాయి. అప్పుడు ఒక జెన్ కథను గుర్తుకు తెచ్చుకుని "వాటిని వెంబడించద్దు. అలా ఈ బండపైన కళ్ళు మూసుకుని కూర్చో. అది తనుగానే నీ దగ్గరకు వస్తుంది." అన్నాను. "Don't joke" అన్నది. "Try" అన్నాను.

"Alright" అంటూ అక్కడే ఉన్న ఒక చిన్న బండరాయిపైకెక్కి కూర్చుని కళ్ళు మూసుకుంది. పది నిమిషాలయ్యాయి. నేను చూస్తుండగానే ఒక సీతాకోకచిలుక ఆమె దగ్గరకి వెళ్ళి, నెమ్మదిగా ఒక రౌండు కొట్టి, ఆమె చేతిపైన కూచుంది. దాని మెత్తని స్పర్శను ఆమె నున్నని చర్మం ఆమెకు చెప్పుండాలి. మెల్లగా కళ్ళు తెరిచి ఓరకంటితో దాన్ని చూసింది. ఆమె కళ్ళలానే ఆ సీతాకోకచిలుక నీలంగానూ, చుట్టూ ఉన్న నల్లటి గీతలు ఆమె కను రెప్పలుగానూ అనిపించాయి. ఓరకంట చూస్తూ, చిరునవ్వుతో ఆమె అలాగే కూర్చుండి పోయింది. అది ఆమె పైన కొంచెం సేపు కూర్చుని, మెల్లగా ఎగిరిపోయింది. ఆమె

"Wow" అని అరుస్తూ పరిగెత్తి వచ్చి నన్ను గట్టిగా పట్టుకుంది. "ఇలా ఒక జెన్ కథ ఉందని నాకు తెలీదు" అన్నది. నేనైతే ఆ అరణ్యపు కౌగిలింతలో మైమరచిపోయాను.

*****

సింగపూర్‌లోని సీమె కాలనీ నుండి ఉడ్ ల్యాండ్ కాలనీలోని రైల్వే స్టేషన్ కు కార్లో వెళ్ళడానికి సాయంత్రం రద్దీ సమయంలో కొన్ని గంటల సమయం పడుతుంది.

సాయంత్రం ఏడు గంటలకు మలేశియాలోని జెరాంతుత్ అనే ఒక చిన్న ఊరిపైన వెళ్ళే రైలును పట్టుకోవడానికి బయలుదేరాను. ఉడ్‌ల్యాండ్ స్టేషన్ చేరేటప్పటికి రైలు బయలుదేరడానికి ఇక పది నిమిషాలే ఉన్నాయి. సింగపూర్ ఎమిగ్రేషన్, మలేశియా ఇమిగ్రేషన్ చెకింగ్ లు ముగించి, గస పోసుకుంటూ, సూట్ కేస్ ను లాక్కుంటూ నా పెట్టె వెతుక్కుని ఎక్కడంతోటే రైలు కదిలింది. ఆలస్యం అయుంటే... అనే గాభరాతో పరిగెత్తి వచ్చానేమో, కూర్చుని చెమట తుడుచుకుంటూ బాటిల్ లోని నీళ్ళు గటగటా తాగి సేద తీర్చుకున్నాను.

*****

ఏడు గంటల ప్రయాణం తరువాత తెల్లవారు జాము 2.15 కు జెరాంతుత్ చేరుకుని, రెండే నిమిషాలకు రైలు మళ్ళీ బయలుదేరుతుంది. ఉడికించిన కూరయాయలకు కొంచెం ఉప్పు, కారం, టొమాటో కెచప్ కలిపి చుట్టి తెచ్చిన చపాతీలను బియర్ క్యాన్ లోని బియర్ తో పాటు తింటూ ఆకలి తీర్చుకున్నాను. తమన్ నెగార లోని రైన్ ఫారెస్ట్ లో మూడు రోజుల సెలవులను గడపాలని బయలు దేరాను. అబ్బ... ఎన్ని సంవత్సరాల కల ఈ రోజు నెరవేరబోతోంది అనుకున్నాను. అక్కడి దట్టమైన అడవులు, తెంబెలింగ్ నదిపైన జెట్టీలో ప్రయాణం ఇవన్నీ నిజమవబోతున్నాయి. కలలకు ఎక్కడ లేని శక్తి ఉంటుందట. తీవ్రంగా అనుకుంటే ఫలించడానికి అన్నివిధాలా అది సహకరిస్తుందట. మొబైల్ లో తెల్లవారు జామున 1.45 కి అలారం పెట్టి పడుకున్నాను. ఏసి కోచ్, మెత్తటి పరుపు, కప్పుకోను దుప్పటి, మందమైన వెలుగు, ఉయ్యాలలాంటి రైలు పరుగు, జోలపాటలాంటి రైలు కూత, డగడగ డగడగ, కూ... ఎప్పుడు నిద్రలోకి జారుకున్నానో తెలియదు. .

ఎవరో లేపుతున్నట్టయి ఉలిక్కిపడి లేచాను. టిటి “గుడ్ మార్నింగ్, మీ స్టేషన్ ఇంకో పావుగంటలో వస్తుంది. దయచేసి లేవండి” అని వినయంగా హెచ్చరించాడు. మొబైల్ చూసుకున్నాను. రెండుగంటలయింది. అలారం మోగినా మెలకువ రానంత

నిద్ర. ఫర్వాలేదు, ఇక్కడ టిటి లేపుతాడు, రైలులో కూడా స్టేషన్ పేరు చెప్తూ అనౌన్స్ మెంట్ చేస్తారు.

జెరాంతుత్ లో దిగినప్పుడు తెల్లవారు జాము 2.15 ఆ వేళలో స్టేషన్లో మనిషి సంచారం కనిపించలేదు. ఆహ్లాదకరమైన వాతావరణం. స్టేషన్ నుండి నా సూట్‌కేస్‌తో బయటకు వచ్చేసరికి నేను ముందుగానే మాట్లాడుకున్న ట్రావెల్ ఏజంట్ అంత ఉదయాన్న కూడా పెద్ద పెద్ద అక్షరాలతో నా పేరు రాసుకున్న తెల్లటి కాయితం పట్టుకుని కనబడ్డాడు. అతను వస్తాడో రాడో అనే బెంగ తీరిపోయింది. అతడు సూట్ కేస్ తీసుకుని కార్లో పెట్టగానే, అతడి పక్కనే ముందు సీటులో అరనిద్రతోనే కూర్చున్నాను. ''మీరు ఉండాల్సిన హోటల్ దగ్గరలోనే ఉంది" అంటూ నిర్జనంగా ఉన్న ఆ ఊళ్ళోని రోడ్లపైన పదినిమిషాలు తిప్పి, ఒక రెండంతస్తుల భవనం ముందు కారు ఆపాడు. మా ఊళ్ళో బస్టాండ్ చుట్టూ ఉన్న హోటళ్ళ మాదిరిగానే కనిపించింది. రిసెప్షన్ లో ఎవరూ కనబడలేదు. రూమ్ తాళం చెవి ఏజంట్ దగ్గరే ఉండింది. రూమ్ తెరిచి నా సూట్ కేస్ లోపల పెట్టి "ఉదయం 8 గంటలకు రెడీగా ఉండండి. క్రింద రెస్టారెంట్ లో దీన్ని చూపించి బ్రేక్ ఫాస్ట్ తీసుకోండి. డబ్బులేమీ ఇవ్వకండి. నేను మిమ్మల్ని అక్కడే కలుస్తాను. గుడ్ నైట్" అని చెప్పి, అతడి ఏజన్సీ విజిటింగ్ కార్డ్ నా చేతిలో పెట్టి వెళ్ళిపోయాడు.

పొద్దున ఏడింటికల్లా లేచి, స్నానం చేసి, తయారయ్యి, సూట్ కేస్ తో పాటు క్రిందికి దిగి వచ్చి, కార్డ్ చూపించి ఆరంజ్ జ్యూస్, పప్పాయ, టోస్ట్, ఆమ్లెట్ చెప్పి కూర్చున్నప్పుడు ఏజంట్ వచ్చాడు. "గుడ్ మార్నింగ్... బాగా నిద్ర పోయారా" అంటూ నా ఎదుట కుర్చీలో కూర్చున్నాడు. "టిఫిన్..." అని నేనడిగినదానికి "వద్దు" అన్నాడు. నా బలవంతానికి కాఫీ తాగుతూ "కొద్దిసేపట్లో బోట్ జెట్టీకి వెళ్లడానికి బస్ వస్తుంది" అన్నాడు. అంతలోనే ఏసీ మిని బస్ వచ్చింది. నాతోపాటు కొంతమంది ఎక్కారు. అందులో ఏడుగురు విదేశీయులు. భారతీయుణ్ణి నేనొక్కణ్ణే. అందరికంటే చివర్లో ఎక్కిన నన్ను అందరూ "గుడ్ మార్నింగ్" అంటూ చిరునవ్వుతో

స్వాగతించారు. నేను కూడా చిరునవ్వుతో విష్ చేసాను. దేశం కాని దేశంలో అపరిచితుల ఒక చిన్న చిరునవ్వు కూడా ఎంతో భరోసానిస్తుంది.

పదిహేను నిమిషాల పాటు ఊరి ప్రముఖ రోడ్లను దాటి, తెంబలింగ్ నది ఒడ్డుకు దగ్గరగా కౌలా తెంబలింగ్ బోట్ జెట్టి వద్ద బస్ ఆగింది. పెద్ద ఇనుప స్తంభాల పైన ముచ్చటగా వేసిన రేకుల షెడ్డే బోట్ జెట్టి. దిగి క్రిందికి వెళ్తే అక్కడ కూర్చోడానికి కొన్ని కర్ర బెంచీలు. చివరి క్షణంలో కొనుక్కోవడానికి టీ షర్ట్, గొడుగు, కాన్వాస్ బూట్లు, హవాయి చెప్పులు, చాకలెట్లు, బిస్కత్తులు, కూల్ డ్రింక్, నీళ్ళబాటల్స్, టార్చ్, బ్రష్, పేస్ట్, సోపు, కండోమ్, దోమల క్రీమ్ లాంటివాటిని అమ్మే ఒక చిన్న బడ్డీ కొట్టు. మెట్లు దిగి వెళ్తే, కొన్ని బోట్లు. అన్నీ చెక్కవే, మోటర్ బిగించినవి. పైన ఒక రేకు పై కప్పు. ఇద్దరు కూర్చునేలా రబ్బర్ కుషన్ వేసిన చెక్క బల్లలు. ఆనుకోవడానికి అలాంటివే రబ్బర్ కుషన్ వేసిన చెక్క బల్లలు. ఒక్కొక్క వరసలో రెండేసి అలా సుమారు పది సీట్లు.. ఆ ఆసనాల పైన ఎర్రగా మెరిసే లైఫ్ జాకెట్లు.

తెంబలింగ్ సుమారు 430 కి.మీ ప్రవహించే నదే అయినా నేను మధ్యలో దిగాల్సిన తమన్ నెగారా చేరుకోవడానికి మూడున్నర గంటల ప్రయాణం. మూడు గంటల్లో బస్సులో వెళ్ళవచ్చయినా నేను బోట్ ప్రయాణాన్నే ఎన్నుకున్నాను. రోడ్డు ప్రయాణం మామూలే. బోటు ప్రయాణం కొత్తది కాకున్నా అరుదుగా దొరికేది. నీటి పైన ప్రయాణంలోని రోమాంచక క్షణాలని వదలుకోవాలనిపించలేదు.

ముగ్గురు కొండజాతి ఆడవాళ్ళు బోటు ఎక్కారు. మా లగేజిలను బోటులోని ఒక మూలను చూపించి అక్కడ పెట్టమన్నాడు డ్రైవర్. నేను నా కెమెరా సంచి, నీళ్ళబాటల్, చిక్కి, చాకలెట్, వేఫర్లున్న చిన్న సంచిని తీసుకుని ఒక మూలలో సర్దుకున్నాను. బోటులో క్రింద కాళ్ళు మడచుకుని కూర్చోవాలి. లగేజ్ పైన మందంగా ఉన్న ఒక నీలం రంగు ప్లాస్టిక్ షీటును డ్రైవర్, అతని శిష్యుడు కలిసి కప్పి ప్లాస్టిక్ పగ్గంతో కట్టారు. బోటు వేగానికి, అలల తాకిడికి బోటులోకి నీళ్ళు వచ్చి లగేజు తడవకుండా ఉండడానికి ఈ ఏర్పాటు. అందర్నీ లైఫ్ జాకెట్ తొడుక్కోమని

చెప్పాడు డ్రైవర్. అందరూ వచ్చి కూర్చున్నారని ఖచ్చిత పరచుకున్నాక, మోటార్ ఉన్న కాస్త ఎత్తైన స్థలంలో కూర్చుని ఇంజిన్ స్టార్ట్ చేశాడు. అతడి అనుచరుడు స్తంభానికి కట్టిన పగ్గాన్ని విప్పి, ఎగిరి వెనుక కూర్చుని పగ్గాన్ని చుట్టుతూ మలయ్ భాషలో డ్రైవర్ ను బయలుదేరమని చెప్పాడు.

బోటు మెల్లగా కదలి క్రమేణ వేగం పుంజుకుంటూ వెళ్ళసాగింది. నది వరద నీళ్ళతో నిండి ఉంది. రెండు వైపులా దట్టమైన అడవి, ఎత్తైన వృక్షాలు, ఎటు చూసినా కనిపించే పచ్చదనం. నది చాలా విశాలంగా ఉంది. లోతుగా కూడా ఉండచ్చు. గాలిలో తేమ శాతం అధికంగా ఉండింది. బోటు వేగం పెరిగేకొద్దీ నాలో ఉత్సాహం పాలు అధికం కాసాగింది. ప్రయాణం రోమాంచకరంగా అనిపించసాగింది. చుట్టూరా ఉన్న ప్రకృతి సౌందర్యాన్ని ఆస్వాదిస్తూ, కెమెరాలో దృశ్యాలను బంధిస్తూ సాగాను. అలలు లేచినప్పుడల్లా బోటు క్రిందా మీదా అవడం ఊళ్ళోని రోడ్లపైని గుంతల్లో పడి లేచినట్టనిపించి సీట్ల పైకి కొద్దిగా లేచి కూర్చోసాగాము. అప్పుడు నది నీళ్ళు పైన పడి బట్టలు తడవసాగాయి. అలలు అలా వచ్చినప్పుడు డ్రైవర్ బోటు వేగం పెంచేవాడు. బోటులోని మేమంతా 'ఓ' అని అరుస్తూ మా గాభరాను ప్రదర్శించసాగాము. అప్పుడు డ్రైవర్, అతని శిష్యుడు గట్టిగా నవ్వేవారు. బోటు వేగానికి తగ్గట్టు మా 'ఓ' స్థాయి కూడా క్రిందా పైనా అయ్యేది. డ్రైవర్ని ఉత్సాహ పరచడానికి బోటు లేచినప్పుడల్లా గట్టిగా 'ఓ' అంటూ అరిచేవాళ్ళము. బోటులోని వాళ్ళంతా చిన్న పిల్లలమయ్యాము. బోటు వేగం కొన్ని సార్లు నాకు భయం కలిగించినా, ఆ భయాన్ని మరవడానికి ప్రయత్నించ సాగాను. ఎదురుగానో పక్కనుండీనో ఇంకో బోటు వెళ్తే వాటిలోని ప్రయాణికులకు చెయ్యూపుతూ, 'ఓ' అని అరుస్తూ వాళ్ళను కూడా అలా అరవడానికి ప్రేరేపిస్తూ సాగింది మా మూడున్నర గంటల పడవ ప్రయాణం. చేపలు పట్టడానికి వచ్చే చిన్న పడవలకు మాత్రం బోటు వేగాన్ని తగ్గించేవాడు మా డ్రైవర్.

తీరం ఇరుకవుతున్నప్పుడు బర్రెలు కాస్తూన్న పిల్లలు నది లోతు తక్కువగా ఉన్న చోట ఈత కొడుతున్నారు. ఒడ్డున అర్ధనగ్నంగా దొర్లుతూ ఆటలాడుతున్న మరికొందరు పిల్లలు. వీరంతా ఈ కొండజాతి పిల్లలయి ఉండాలి. ఏ రకమైనా కట్టుబాట్లూ లెక్క చేయకుండా స్వేచ్ఛగా ఆడుకుంటున్నారు. దట్టమైన అడవి, నిండుగా ప్రవహిస్తున్ననది, పక్షుల కిలకిలారావం, మత్స్యగంధుల్లా చేపలు, నీట్లో జలకాలాడుతున్న బర్రెలు, పళ్ళు, పూలు, ఎండ, గాలి, నది పైన నక్షత్రాల్లా మెరుస్తున్న సూర్య కిరణాలు. ఏ హంగూ లేని బ్రతుకు.

తమన్ నెగార చేరేసరికి మధ్యాహ్నం 12.45 అయింది. ఎండెక్కింది. కళ్ళను మిరుమిట్లు గొలుపుతోంది. అందరూ మా సామాన్లు తీసుకుని బోటు దిగాము. గోవా మాదిరిగా ఇక్కడ కూడా బైక్ ట్యాక్సీలు కనబడ్డాయి. నా హోటల్ పేరు చెప్పగానే రెండు రింగెట్లు అన్నాడు. బేరమాడకుండా ఎక్కి కూర్చున్నాను. సూట్ కేస్, కెమెరా బ్యాగ్ రెండూ పట్టుకుని ఎక్కడానికి శ్రమపడ్డాను. బైక్ రైడర్ నా సూట్ కేసును పెట్రోల్ ట్యాంక్ పైన పెట్టుకున్నాడు. హోటల్ చేరుకోవడానికి పది నిమిషాలు పట్టింది. వచ్చి దిగి నా ట్రావెల్ ఏజంట్ ఇచ్చిన కాయితాలను రిసెప్షన్ లో చూపెట్టగానే అక్కడున్న అమ్మాయి చిరునవ్వుతో వెల్కమ్ సర్ అంటూ వెల్కమ్ డ్రింక్ తెప్పించింది. రూమ్ తాళం చెవి తీసుకుని వెళ్తున్న రూం బాయ్ ని వెంబడించాను. వరస ఇళ్ళ మాదిరిగా ఉన్న చిన్న కాటేజిల ముందు రంగురంగుల పూల తోటలు అందంగా కనిపించాయి.

*****

రూములోకి వచ్చీరావడంతోనే నిద్రపోయాను. లేచి చూస్తే అప్పుడే సాయంత్రం 7.30 అయ్యింది. మధ్యాహ్నం ఏమీ తినలేదు. త్వరగా భోజనం ముగించి పడుకుని మరుసటి రోజు ఉదయాన్నే ఆరు గంటలకు 'ఫారెస్ట్ వాక్' కు తయారవ్వాలి. ముఖం కడుక్కుని, జీన్స్, టీ షర్ట్ తొడుక్కుని రెస్టారెంట్ కు వచ్చి ఒక మూల టేబల్ ని వెతుక్కుని కూర్చున్నాను. బియర్, మష్రూమ్ పెప్పర్ ఫ్రై ఆర్డర్ చేసి, భోజనం

తరువాత చెప్తానని చెప్పి, బియర్ త్రాగుతూ కూర్చున్నప్పుడు "May I join you" అని వినిపించింది.

*****

మరుసటి రోజు ఉదయాన్నే ఫారెస్ట్ వాక్ కు రెడీ అయ్యి, ఉదయం కాఫీకై రెస్టారెంట్ కు రాగానే ముదురు నీలం రంగు ట్రాక్ సూట్, బూడిద రంగు స్వెట్ జాకెట్లో వేడి కాఫీ త్రాగుతూ కనిపించింది వెరోనిక. నన్ను చూసి చేయాడించి "Good morning" అని తన ఎదురుగ్గా ఉన్న కుర్చీ చూపించి రమ్మని సైగ చేసింది. వెళ్ళి కూర్చున్నప్పుడు "So, had a good sleep" అనింది. "Yes" అంటూ కాఫీ త్రాగుతూ "Going for a forest walk" అన్నాను. తను "Me too" అనగానే నా గుండె లయ తప్పింది

తన కౌగిలింతను వదులు చేస్తూ "ఎన్ని రోజులుంటావు?" అని అడిగింది.

"మూడు రోజులు" అన్నాను.

"అయితే, ఈ మూడు రోజులూ మనం కలిసి ఉందామా?" అంది.

అర్థం కానివాడిలా, " అంటే...." అన్నాను.

"మనిద్దరం ఈ మూడు రోజులూ కలిసి గడుపుదామా?" ప్రతి పదాన్నీ నొక్కి పలికింది. నేను "సరే" అనాలనే నిరీక్షణ కనిపించింది.

నీలం కళ్ళు, బంగారు వన్నె కురులు, లేత గులాబి మేని రంగు, ఎర్రని పెదాలు, అందమైన ముఖం, వయ్యారమొలికే ఒళ్ళు అన్నీ కలగలిపి కంపెనీ కావాలంటే లేదనడం ఎలా?

అలాగని "సరే" అనాలన్నా భయం. ఇలా కలిసుందామంటూ డబ్బులు, పాస్ పోర్టులను ఎత్తుకెళ్ళే కథలను చాలా విని ఉన్నాను. ఈమె అలా కనబడలేదు. ఆశ బుద్ధిని కప్పేస్తుందేమో? చాలా సార్లు పైకి కనిపించినంత మంచితనం ఉండదు అని

బుద్ధి హెచ్చరిస్తున్నా మనస్సు మొండికేసింది. చివరిగా సరే అన్నది మనస్సా, దేహమా లేక బుద్ధేనా!

ఇప్పుడు ఇంకా గట్టిగా కౌగిలించుకుంది. అగ్నిపర్వతం కౌగిలించుకున్నట్లు అయింది. నేను లావాలా కరగిపోయాను.

*****

ప్యాక్ చేసుకుని తీసుకెళ్ళిన తిండి, కాఫీలు కలిసే సేవించాము. "నాకు కాఫీ అంటే చాలా ఇష్టం. మీకు కూడా అంతే కదా" అని కొనసాగిస్తూ "మీరు పొద్దున కళ్ళు మూసుకుని చప్పరిస్తూ కాఫీ తాగడం గమనించాను" అన్నది. "ఓ! నేను అలా కాఫీ తాగుతానా?" అన్నాను. "Yes, That looks beautiful " అంది. మెచ్చుకోలుకు ఎలా బదులివ్వాలో నాకు తెలియలేదు. ఎన్నో సార్లు అది వ్యావహారికమో, ముఖస్తుతో, వ్యంగ్యమో లేదా నిజమో అర్థం కాదు. అలా నవ్వీ నవ్వనట్టు ఒక చిరునవ్వు నవ్వాను. అంతే.

తిరిగి వచ్చినాక సాయంత్రం కలుద్దాం అంటూ నా కాటేజ్ నంబర్ అడిగి వెళ్ళింది. నా కాటేజ్ కి వచ్చి అలా పడుకున్నాను. మనస్సు, ఒళ్ళు తేలికపడ్డాయి.

తలుపు తట్టిన చప్పుడు వినిపించి తుళ్ళిపడి లేచాను. చాలా సేపటినుండి ఎవరో తలుపు తడుతున్నారు అనిపించింది. ఓ! 11 గంటలకు పడుకుంది, ఇప్పుడు 4 గంటలు. లేచి వెళ్ళి తలుపు తెరిచాను. బయట వెరోనిక. ఆమె బ్యాగ్, సూట్ కేస్ అమెతో పాటు కనిపించాయి. "చాలా సేపటినుండి తలుపు తడుతున్నాను." అంటూ లోపలికి వచ్చింది. రూములో అనేక సీతాకోకచిలుకలు రెపరెపమన్నాయి.

"నిద్ర పోతున్నావా?" అంది. "అవును. అసలు ఒళ్ళు తెలీదు." అన్నా. "తేలిక పడ్డ మనస్సు మాదిరిగానే" అంటూ నవ్వింది. ఈమెకెలా తెలుసు నా మనస్సు తేలిక పడింది అని. మాయాలాడియా ? మనస్సు చదవగలదా ఏమిటి ? భయమేసింది.

"కాఫి చెబుదామా? నువ్వలా కాఫి తాగుతుంటే నేను చూడాలి" నాకెందుకో జోరుగా నవ్వొచ్చింది. నవ్వాను. తనూ నవ్వింది. రూం సర్వీసుకు ఫోన్ చేసి వెజ్ స్యాండ్విచ్, కాఫి చెప్పాను. కాఫి తాగినాక "బయలుదేరు. కొంచెం అలా తిరిగొద్దాం" అంది. "స్నానం చేసి వస్తాను. కాస్త ఆగు" అన్నాను. తలూపింది.

స్నానం చేస్తున్నా నా మనస్సంతా రూములోనే ఉంది. నా పర్స్, పాస్ పోర్ట్ అన్నీ అక్కడే ఉన్నాయి. తొందరగా స్నానం చేసి బయటికి వచ్చాను. నా పాస్ పోర్ట్, పర్స్ అక్కడే మంచం పక్కనున్న టీపాయ్ పైన పెట్టినట్టుగానే ఉన్నాయి. నిట్టూర్చాను. ఆమె రూములోని ఇంగ్లీష్ పత్రికనొకదానిని తీరికగా తిరగేస్తూ కూర్చుని ఉంది.

రూమునుండి బయలుదేరి ఇసుక తిన్నెల పైన నడవ సాగాము. నాకు దగ్గరగా వచ్చి నా చేతిని పట్టుకునే నడిచింది. మాటల్లో ఓషో, జిబ్రాన్, రూమి, కాము, కాఫ్క, మార్క్వెస్, పాల్ కొయెల్హో, మురగామి, ఫ్రాన్సిస్ ఫోర్డ్ కపోల, కురసావో, అటిన్బరో, సత్యజిత్ రే, హిట్లర్, గాంధి, మండేలా అందరూ వచ్చి వెళ్ళారు. మా ఇద్దరి పేర్లు మాత్రం మాటల్లో రాలేదు.

పున్నమి రాత్రి ఒక అల వచ్చి తమను తాకి వెళ్ళడం చాలా ఇష్టమని ఇసుక రేణువులు మాట్లాడుకున్నది మా ఇద్దరికీ వినిపించింది.

రెస్టారెంటుకు వచ్చి కూర్చున్నాము. వైన్, భోజనం ఆర్డర్ చేసి చాలా సేపు కబుర్లు చెప్పుకుంటూ కూర్చున్నాము. నేను బిల్ ఇవ్వబోతే అడ్డుపడి "Let's share" అంటూ బిల్ లోని సగం తను ఇచ్చింది. బార్ దగ్గరికి వెళ్ళి ఒక వైన్ బాటిల్ తీసుకుని నాకు చూపుతూ "Do you like this brand? This is good" అన్నది. దాని గురించి పెద్దగా తెలియని నేను "I don't know anything about wine" అన్న నా బదులుకు నవ్వుతూ దాన్నే తీసుకుంది.

నా కాటేజ్ వద్దకు వచ్చాక, నేను తలుపు తెరవగానే లోనికి వచ్చింది. రాగానే రూమ్ సర్వీస్ కు ఫోన్ చేసి, వైన్ గ్లాస్, ఓపనర్, ఐస్ బకెట్ ఆర్డర్ చేసింది. వెయ్టర్

వచ్చి బాటిల్ తీసి, గ్లాసుల్లో పోసి, బాటిల్ ని ఐస్ బకెట్లో ఉంచి వెళ్ళాడు. “For us“ అంటూ గ్లాస్ ఎత్తుకుని టోస్ట్ చేసి, స్టెమ్ గ్లాసు అడుగుభాగం కడ్డీని పట్టుకుని లోపలి ద్రవాన్ని గిర్రున తిప్పి ముక్కువద్దకు తీసుకెళ్ళి దాని పరిమళాన్ని ఆస్వాదించి, మెల్లిగా, ఒక గుక్క తాగింది. నేను తను చేసిన Swirl, Smell, Sip నాజూకు వయ్యారాలకు ముగ్ధుడై నవ్వుతున్నాను.

“Do you like me” ఉక్కిరిబిక్కిరయ్యే ప్రశ్న.

ఇలాంటి డైరక్ట్ ప్రశ్నను ఎలా నిభాయించాలో తెలియక, అలా అని తీసి పారేయలేక తబ్బిబ్బయ్యాను.

“లేదు అన్నానంటే ఆత్మ వంచన” అన్నాను.

ఆమె గట్టిగా నవ్విన నవ్వులో నా మాటకు మెచ్చుకోలు, తన పట్ల గర్వమూ వినిపించాయి. చేయి పట్టుకుని ముద్దు పెట్టుకుంది. గొంతులో దిగుతున్న వైన్ మత్తు పెరిగింది. “జాగ్రత్త” అని మెదడు మొత్తుకుంటున్నా, దేహపు వెచ్చదనానికి మనస్సు కరిగిపోయింది. మెల్లిగా లేచి వచ్చి నా ఒళ్ళో కూర్చుంది. అంత నీలి కళ్ళను నేను ఇంతవరకూ ఇంత దగ్గరగా చూడలేదు. సముద్రపు ఒక అల లేచి వచ్చి మొహానికి కొట్టినట్టయింది. మునిగిపోయాను. నుదుట ముద్దు పెట్టింది. జుట్టులో వేళ్ళాడించింది. తన నోటిలోని రెండు వైన్ బిందువులు నా నోటిని తీపి చేశాయి. తను రెచ్చిపోయి నేరేడు పండు రంగయ్యింది. నా లోపల అడవి, జలపాతం, అగ్నిపర్వతం, ఆకాశం.

నిండు ప్రేమని ముక్త మనస్సుతో ఇచ్చిపుచ్చుకునేటప్పుడు దొరికే ఆనందానికి హద్దుల్లేవు. ఇక్కడేమో ఇద్దరూ ఇచ్చేవారే, ఇద్దరూ పుచ్చుకునేవారే. వెలుగులో నగ్నత్వం, నగ్నత్వంలో వెలుగు. మంచం సిగ్గుపడి నర్తించింది. ఆ నిమిషాల్లో వినిపించింది ఊపిరి అలలు పడిలేచే శబ్దం. అలసిపోయి ఎదకు ఎద ఆనించి పడుకున్నప్పుడు, చెమటతో తడిసిన ఆమె వీపు చీలికలో నా వ్రేళ్ళు జారగానే తీయగా

మూలిగింది. ఎక్కడో పియానో కీబోర్డ్ పైన ఆడిన వ్రేళ్ళనుండి బీథోవన్ సింఫనీ వినిపించింది. ఇద్దరి దేహాల వేడికి కరగి కలసిన చెమట సుగంధం రూమంతా వ్యాపించింది.

*****

తను నార్వేనుండి KLM పని మీద ఇక్కడికి వచ్చాననీ, లాంగ్ వీకెండ్ కాబట్టి మూడు రోజులు ఇక్కడ గడపాలని అనుకున్నానంటూ, తనకు 18 ఏళ్ళ అబ్బాయి, 14 ఏళ్ళ అమ్మాయి ఉన్నారని చెప్పింది. అలానే తన కాపురం నెమ్మదిగానే ఉందని చెప్తూ, ఒక రెండు క్షణాలు ఆగి, నిట్టూరుస్తూ "Still... అని రాగం తీసి Something is missing" అన్నది. చూడ్డానికి సుమారు 45 సంవత్సరాల వయస్సుండవచ్చు అనిపించింది.

నా 52 ఏళ్ళ సర్వీసులో ఈ మార్కెటింగ్ ఉద్యోగ నిమిత్తం చాల రోజుల పాటు బయటే ఉండేవాడిని. అనేక ఊళ్ళను, దేశాలను ఒంటరిగా చుట్టాను. ఎవరితోనైనా డ్రింక్, డిన్నర్, కబుర్లు అంతే. పడక దాకా తీసుకెళ్ళే కోరికగానీ, ధైర్యం కానీ నాలో లేవు. మరి ఈమెతో ఎందుకు ఇదయ్యాను? You are charming అన్నందుకా? పరిచయమైన ఒక్క రోజులో ఈ రకమైన చనువు, సరసం ఎలా సాధ్యమైంది? మా ఇద్దరి గురించి ఏ మాత్రం తెలియక పోయినా అపరిచితుల్లా అనిపించలేదు. ఎక్కడో ఏదో ముక్కలైన రెండు దారం పోగులు మళ్ళీ ముడిపడ్డట్టు అనిపించింది. శరీరం క్రొత్తగా అనిపించినా, ఆ స్పర్శ, వాసన, చనువు, కరగిపోవడం.... ప్రజ్ఞ హెచ్చరించలేదు. నన్ను నేను పోగొట్టుకున్న ఫీలింగ్.

"నేనెప్పుడూ ఇలా కరగిపోలేదు. ఎంత హాయిగా ఉందో" అన్నది.

నా మాటలనే చెపుతోంది. "అందాల రాక్షసి".

*****

నా ఎద మీద పూ పెదాల స్పర్శ నన్ను నిద్ర లేపింది.

"గుడ్ మార్నింగ్"

"గు... మార్నింగ్"

నా ఛాతీ పైని ఉంగరాల పైన ఆమె వ్రేళ్ళు కదలాడుతున్నాయి. తన మెడపైన ముద్దు పెట్టాను. సన్నగా నవ్వింది.

"కాఫీ చెప్పనా?" అన్నది.

" ఊ...." అన్నాను.

లేచి ఇంటర్ కామ్ వద్దకు వెళ్ళింది.

ఇద్దరూ ఫ్రెష్ అప్ అయ్యి వచ్చేటప్పటికి కాఫీ వచ్చింది. నేను మామూలుగానే కళ్ళు మూసుకుని చప్పరిస్తూ త్రాగాను. "అలా కళ్ళు మూసుకుని చప్పరిస్తూ త్రాగడానికి నీ కాఫీలో ఏముందని. ఇలా ఇవ్వు. నేను త్రాగి చూస్తాను." అంటూ నా కాఫీ తీసుకుని త్రాగింది. కానీ కళ్ళు మూసుకుని చప్పరించలేదు. టీపాయ్ పైనున్న తన కాఫి కప్ తీసుకుని నేను కళ్ళు మూసుకుని చప్పరిస్తూ త్రాగాను. కిలకిలా నవ్వింది.

*****

భోజనం, టిఫిన్, అక్కడా ఇక్కడా తిరగడం అంతా కలిసే. కాని బిల్ మాత్రం వేరు వేరు అని ఖరాఖండీగా చెప్పేసింది. నేను కూడా బలవంతం చెయ్యలేదు. మా మధ్య మాటలు ప్రపంచాన్నే చుట్టి వస్తున్నా, అవేవీ మమ్మల్ని ప్రభావితం చెయ్యలేదు.

పగలంతా ఘన పదార్థాల్లా తిరిగే మేము, రాత్రి అవగానే ద్రవంగా మారి కరగిపోయే వాళ్ళం. ఎవరు ఎవర్లో కలిసామో, ఎవర్లో కరిగామో అర్థమయ్యేది కాదు. అలా పడుకున్నప్పుడు ఒకసారి ఆమె కళ్ళల్లోని కన్నీరు చూసి "Anything wrong?" అని అడిగాను. కొన్ని గడియలు మౌనంగా ఉండిపోయింది. నా ఊపిరి ఆగినట్టయింది. అంతలో "a kind of complacency" అంటూ తృప్తితో కూడిన

35 అత్తర్ ఇతర కథలు

చిరునవ్వు నవ్వింది. నా కళ్ళనుండి ఆమె పెదవి పైకి రాలిన బొట్టును ఆమె తన నాలుకతో రాసింది.

మేమిద్దరం పరస్పరం ఏం వెతుక్కున్నాం? ప్రేమనా, కామాన్నా, స్నేహాన్నా, సాంగత్యాన్నా? లేక ఇవన్నిటినీ ఆ క్షణాల్లోకి నింపుకునే తపనా మాది!

*****

నేను బయలుదేరే రోజు వచ్చింది. వీడ్కోలు చెప్పడానికి వెంట వచ్చింది. ఆమె గుడ్ బై కౌగిలింత బిగువుగా ఉండింది. నాది కూడా ఆమెకు అలానే అనిపించి ఉండాలి. నా అడ్రెస్ కార్డ్ ఇచ్చాను. మృదువుగా వద్దు అంటూ ఇచ్చేసింది. నాక్కూడా ఆమె గురించి అడగాలనిపించలేదు. ఉత్త జ్ఞాపకాలు తప్ప మరేమీ ఆనవాళ్ళు లేకుండా విడిపోయాము.

నేను బైక్ వద్దకు వచ్చి తిరిగి చూశాను. నేను బయలుదేరిన చోటే నుంచుని కనిపించింది. మళ్ళీ ఇద్దరూ కలిసి నడిచాము. మరొక్కసారి భల్లూకపు కౌగిలింత. ఆమె నీలి కళ్ళల్లో ఉప్పొంగిన సముద్రం. ఆమె నుదుటికి ముద్దు పెట్టాను.

13 కోట్ల సంవత్సరాలుగా ఉనికిలో ఉన్న ఆ తమన్ నెగార వర్షారణ్యం, ఆ క్షణం మౌనాన్ని ధరించి నిల్చుంది. సీతాకోకచిలుకలు కనబడలేదు.

ఈ దగ్గరితనాన్ని ఎవరు, ఎవరు వదలాలి? ఎవరు వదిలించుకోవాలి?

(పాలపిట్ట ఏప్రిల్ 2021 ప్రచురితం)

అద్దం

కొందరు మాట్లాడరు. మరికొందరు మాట్లాడుతూనే ఉంటారు. మాట్లాడడం తెలియనివారు, మాట్లాడడం సహించనివారు, ఎలా మాట్లాడాలో తెలియకుండా మాట్లాడేవారు, మాట్లాడాలన్నా మాట్లాడలేనివారు, అవసరం లేని చోట మాట్లాడేవారు, అవసరమున్న చోట కూడా మాట్లాడనివారు, నోటికొచ్చినట్టు మాట్లాడేవారు, నోటి నుండి రాకూడనివి మాట్లాడేవారు, చూచిందల్లా మాట్లాడేవారు, చూడనిదాని గురించి కూడా మాట్లాడేవారు, చక్కగా మాట్లాడేవారు, పొగరుగా మాట్లాడేవారు, అహంకారంతో మాట్లాడేవారు, మెత్తగా మాట్లాడేవారు, నాజూకుగా మాట్లాడేవారు, వినయంగా మాట్లాడేవారు, ప్రేమగా మాట్లాడేవారు, మొరటుగా మాట్లాడేవారు, ద్వేషంతో మాట్లాడేవారు, కోపంగా మాట్లాడేవారు, విషపూరితంగా మాట్లాడేవారు, విషమంగా మాట్లాడేవారు, సంబరంగా మాట్లాడేవారు, క్రుంగి మాట్లాడేవారు, తగ్గి మాట్లాడేవారు, ముగ్ధంగా మాట్లాడేవారు, ముద్దుగా మాట్లాడేవారు, అలకతో మాట్లాడేవారు, మొహం మీద కొట్టినట్టుగా మాట్లాడేవారు, మౌనంగానే మాట్లాడేవారు, మనసులోనే మాట్లాడేవారు, బాధతో మాట్లాడేవారు, బాధపెట్టేట్టుగా మాట్లాడేవారు, బాధ పెట్టాలనే మాట్లాడేవారు, బాధపడి మాట్లాడేవారు, గ్రమ్మగిపోయి మాట్లాడేవారు, తమాషాగా మాట్లాడేవారు, ఆకతాయిగా మాట్లాడేవారు

ఇలా మాట్లాడడంలో ఇంకా ఎన్నెన్ని రకాలో...

కానీ మనిషి తనలో తాను మాట్లాడుకునేటప్పుడు మాత్రం నిజమే మాట్లాడుకుంటాడా ? మనుషులు నిజాన్ని మాట్లాడడానికి చాల కష్ట పడతారు.

గందరగోళంగా ఉంది.

అతడికి యాభై అయిదు దరిదాపుల వయస్సు. షుగర్ పేషెంట్. అప్పుడప్పుడు టాయ్లెట్ కి పోయి రావలసి వస్తుంది. చలి కాలమైతే ఇక చెప్పనక్కరలేదు. పెద్ద తలకాయ నొప్పి. ఆ రోజు కూడా అలాగే. అర్ధరాత్రి లేచి టాయ్లెట్ కి వెళ్ళాడు. అప్పుడు ఆయన భార్య వచ్చి పక్కన పడుకుంది.

పని ముగించి, చేతులు కడుకోవడానికి వాష్ బేసిన్ దగ్గరకు వచ్చాడు. అద్దంలో చూడగానే గుండె ఝుల్లుమంది. వెంటనే తలుపు తెరిచి మంచం పైనున్న తన భార్యను చూశాడు. ఆమె నిద్రపోతూ కనిపించింది. హడావుడిగా మళ్ళీ బాత్రూంలోకి వచ్చాడు. అద్దంలోకి చూశాడు. తనే కనిపించాడు. అలాగయితే ఇంతకు ముందు దానిలో కనిపించిన తన భార్య ? అయితే అద్దంలో కనిపించింది తన భ్రమా? తానే గందరగోళానికి గురి అయ్యాడా? ఏదీ అర్థం కాక వచ్చిపడుకున్నాడు.

నిద్ర పట్టలేదు. రాత్రంతా దొర్లుతూనే గడిపాడు. అద్దంలో తనకు కనిపించింది తన భార్యే అని మనసు చెప్పుతోంది. కాదు అని బుద్ధి తర్కించింది. తను అద్దంలో ఏమో చెప్తోంది కదూ?!

పొద్దున లేచేటప్పటికి అంతా మరుగున పడింది. ఎప్పటిలాగే ఆఫీసుకి బయలుదేరాడు. అతడు ఒక ప్రైవేట్ కంపెనీలో మేనేజర్. కారున్నా బస్సులోనే వెళ్తాడు. డీలర్ల విజిట్లకెళ్ళేటప్పుడు మాత్రం కారు తీస్తాడు. ఈ ట్రాఫిక్ రద్దీలో కారులో వెళ్ళడం కంటే బస్సులో వెళ్తేనే తొందరాగా ఆఫీసుకు చేరుకోవచ్చు. రోజూ లాగే బస్సెక్కాడు. కూర్చోవడానికి సీటు దొరకలేదు. నిలబడే ఉన్నాడు. కొంచెం దూరం వెళ్ళిన తరువాత డ్రైవర్ ముందున్న ఆ చిన్న అద్దంలోకి అకస్మాత్తుగా చూశాడు.

అక్కడ అనేక ముఖాలు కనిపించాయి. అన్నీ ఏమేమో చెపుతున్నాయి. ఆశ్చర్యం వేసింది. కళ్ళు మూసుకుని తలను మేకలా తిప్పాడు. మళ్ళీ అద్దంలోకి చూశాడు. ఇప్పుడు ఆ ముఖాలేవీ కనిపించలేదు. అనేక కోణాలలో మొహాన్ని తిప్పి తిప్పి చూశాడు. కానీ అద్దం ఖాళీగానే కనిపించింది. తలలో వేయి సమ్మెటలతో బాదినట్లనిపించింది.

ఆపీసుకు రాగానే తన అద్దాల క్యాబీన్ లోకి వెళ్ళి, తన సంచిని టేబల్ పైన ఉంచి, టాయ్లెట్ లోకి వచ్చాడు. అక్కడి పని ముగించి చేతులు కడుక్కోవడానికి వాష్ బేసిన్ ముందుకు వచ్చి నిలుచున్నాడు. అందులోకి చూసి గాభరా పడ్డాడు. అందులో కనబడింది తన క్రింద పనిచేసే నారాయణ. కళ్ళు విప్పార్చుకుని చూశాడు. నారాయణ అదేమో చెపుతున్నాడు. చెవులు నిమిరించి విన్నాడు. స్పష్టంగా వినిపించసాగింది.

“పాపిష్టి నా కొడుకు! ప్రాణం తీస్తాడు. వీడు మార్కెట్ కి వెళ్తే కదా తెలిసేది. ఏసి రూములో కూర్చుని నామీద పెత్తనం చేస్తాడు. టార్గెట్, కలక్షన్ అంటూ గంటకోసారి తల తింటాడు... వీణ్ణి.....” అంటూ నారాయణ పళ్ళు కొరకడం అద్దంలో కనిపించింది.

అంతలోనే ఎవరో లోపలికి రావడంతో చేతులు కడుక్కొని బయటికి వచ్చాడు.

ఆ రోజు అతడికి పని చేయడం కుదరలేదు. నిన్న రాత్రి తన బాత్రూం అద్దంలో కనిపించింది తన్న భార్యే కదా! నారాయణ ఎందుకలా కోపగించుకుంటున్నాడు? ఎవర్ని అలా దులిపేస్తున్నాడు? ఆలోచించగా అది తననే అని అర్థమయ్యింది. నారాయణ తననే తిడుతున్నాడు.

నారాయణ మార్కెట్ విజిట్ కని వెళ్ళినప్పుడల్లా తను ఫోన్ చేసి అడుగుతూనే ఉంటాడు. “ఆ డీలర్ ఈ రోజు నాలుగు వాషింగ్ మెషేన్లు ఆర్డర్ ఇస్తానన్నాడు. ఇచ్చాడా? అతడి వద్ద నుండి క్రితం నెల బ్యాలన్స్ చెక్కు మరచిపోకుండా

తీసుకున్నావా ? ఆయనేమైనా సాకు చూపితే గొర్రె మాదిరి తలూపి వచ్చెయ్యొద్దు. అర్థమైందా?”

ఈ సేల్స్ వాళ్ళున్నారే ? వాళ్ళకేమిటి? మార్కెట్ కు వెళతామని చెప్పి, అందరి డీలర్లకూ ఐదు నిమిషాలు మొహం చూపించేసి, ఏ అమ్మాయితోనో కాఫి షాప్ లో చొంగ కారుస్తూ కూర్చుంటారు. అబ్బబ్బా! వీళ్ళని అదుపుచేసేంతలో ఇలా షుగర్ వచ్చి ఎప్పటికప్పుడు జిప్ విప్పాల్సి వస్తోంది. మేనేజ్ మెంట్ కు వీళ్ళ తాతలు వచ్చి సంజాయిషీ ఇస్తారా?” అంటూ గొణుక్కున్నాడు.

“నా గురించి ఆఫీసులో ఇలా మాట్లాడుకుంటారా?” అని అనుకుని నవ్వుకున్నాడు. ఆ నవ్వు ఆగలేదు. అతడు ఈ పదవికి రాక ముందు ఇలాగే సంచిపట్టుకుని ఊళ్ళు, వీధులు తిరుగుతూ, మ్యానేజర్లను మనసులోనే తిట్టుకున్నది గుర్తుకొచ్చింది.

కానీ అతడికి ఆశ్చర్యం వేసింది. అద్దంలో నారాయణ మాట్లాడేది తనకెలా వినిపిస్తోంది? తనకేమైనా భ్రాంతా అనుకుంటూ గాబరా పడ్డాడు. లేదా ఈ పనుల ఒత్తిడిలో ఇలా గందరగోళంగా ఉంటోందా? ఆ రోజు సేల్స్ మేనేజర్ల మీటింగ్ లోనూ మంచి డోసే పడింది. “ఏం సేల్స్ మేనేజర్ సార్ ! ఇలా నెలా నెలా సేల్స్ పడిపోతూ ఉంటే ఎలాగండీ? కలెక్షన్లు కూడా సరిగ్గా రావడం లేదు. క్యాష్ ఫ్లో టైటయింది. కానీ మీ సేల్స్ టీమ్ కు జీతం, డైలి అలవెన్స్, టూర్ అలవెన్స్ అంటూ ఒకటో తేదీ ఠంచనుగా చెక్ రాసిచ్చేస్తారు... ఇలానే అయితే ఎలా సార్? బోర్డ్ మీటింగ్ లో ఉతికి ఆరేస్తారు మమ్మల్ని! ఏం సంజాయిషీ చెప్పమంటారు చెప్పండి” అని అరటిపండులో సూది దించినట్టు మాట్లాడారు ఎం.డి.

దీన్నే కర్మ అంటారేమో! నారాయణను నేను చివాట్లు పెట్టడం, ఎండి నన్ను చివాట్లు పెట్టడం... ఈ కర్మ వర్తులం ఇలా తిరుగుతూ ఉంటుందేమో!

"ఇలా సేల్స్ లేవు, కలెక్షన్లు లేవు అంటూనే పది సంత్సరాలు లాగాడీ పెద్దమనిషి! అవేవీ లేకపోతే వీడు కంపెనీని ఇన్నిసంవత్సరాలు నడపగలిగేవాడా? ఎప్పుడో మూత పెట్టేసేవాడు కదా! ఈ ఓనర్ మొసళ్ళకు ఎంత పోసినా చాలదు! పైన తిన్నదంతా కింద జారిపోతుందనుకుంటా. లేకపోతే ఇలా బ్రాంచ్ పైన బ్రాంచ్ తెరుస్తూ పోతారా ఏమిటి ?!"

నారాయణ అద్దంలో ఇదే కదా మాట్లాడింది. నారాయణ మాట్లడింది తనకు వినిపించినట్టే ఇప్పుడు తను అనుకుంది ఎండికి వినిపించి ఉండవచ్చా అనుకుని గాబరాగా ఆయన వైపు చూశాడు. ఆయన తన వైపే గుర్రుగా చూస్తుండడం కనిపించింది.

ఆ రోజు రాత్రి భోంచేసి పడుకునే ముందు బాత్రూముకు వెళ్ళాడు. అద్దంలోకి చూశాడు. అతడు మాత్రమే కనిపించాడు. నిట్టూర్చి వచ్చి పడుకున్నాడు. భార్య తన పనులు ముగించి పడుకునే ముందు బాత్రూంకు వెళ్ళింది. కొంత సేపు కాచుకుని, పొత్తి కడుపులో ఒత్తిడి లేకున్నా బాత్రూం కు వెళ్ళాడు. అద్దంలోకి చూసినప్పుడు అక్కడ ఏమీ కనిపించలేదు. "ఇప్పుడీమె బాత్రూం నుండి వచ్చి పడుకుంది కదా! అప్పుడు అద్దం ముందు నిలబడలేదా? తనకు పరిశుభ్రత గురించి చాలా చాదస్తం. చేతులూ కాళ్ళూ కడుక్కోకుండా బయటికి రాదు. తనో, కొడుకో చేతులూ కాళ్ళు కడుక్కోకుండా బయటికి వస్తే నోరు పడిపోయేలా అరుస్తుంది. బాత్రూం నుండి బయటికి వచ్చేటప్పుడు కొద్దిగా ఎత్తుగా కనిపించే తన పృష్ట భాగానికి తన చేతులను తుడుస్తూ రావడం చూశాను కదా! పొద్దున ఇంట్లోనూ, బస్సులోనూ, ఆఫీసులోనూ జరిగింది నిజమే అయితే ఇప్పుడు తను కిటికీలో కనిపించి ఉండాలి కదా?" అని ఆలోచించాడు. సరే ఏదో భ్రమ అనుకుని అద్దంలోకి చూస్తే అక్కడ ఒక బల్లి కనిపించింది. వెంటనే తిరిగి చూస్తే అద్దానికి ఎదురుగ్గా ఉన్న గోడను చూశాడు. అక్కడ బల్లి కన్పించలేదు. మళ్ళీ అద్దంలోకి చూశాడు. అక్కడ బల్లి కనబడలేదు. ఇప్పుడు అతడికి మొదటికంటే రెట్టింపు భయమేసింది. మొదటి సారి అద్దాన్ని

చూసేటప్పుడు బల్లి ’ చ్చు చ్చు చ్చు’ అంటూ ఏదో చెప్పింది కదా! అది ఏమి చెప్పుండొచ్చు అని ఆలోచించాడు. భయపడుతూనే వచ్చి మంచం పైన పడ్డాడు.

నిద్ర దరికి రాలేదు. “ఏదైనా మనసులో అనుకునేటప్పుడు నేను చ్చు చ్చు అంటే దాన్ని శకునం అనుకుంటారెందుకో ఈ మనుషులు! మూర్ఖులు” అని ఈ బల్లి ఏమైనా అనుకుందా? అని ఆలోచిస్తూనే నిద్రపోయాడు. పొద్దున్న లేవగానే అదే జ్ఞాపకం. అతడికి ఒకటి అర్థమయింది. ఎవరు తను చూడడానికి ముందు అద్దంలోకి చూస్తుంటారో వారు తనకు ఒక్కసారి మాత్రమే కనబడతారు అన్నది. అలా అయితే రాత్రి తన భార్య బాత్రూం నుండి బయటికి రాగానే బల్లి అద్దంలోకి చూసిందా? గోడ పైకి చూసి మళ్ళీ అద్దంలోకి చూసినప్పుడు అందుకే అది కనబడలేదా? జుట్టు పీక్కున్నాడు.

ఆఫీసు పని మీద ముంబైకి వెళ్ళి బెంగళూరుకు విమానంలో తిరిగి వస్తున్నాడు. విమానంలో అతడు ఎప్పుడూ ఐల్ వైపు సీటునే తీసుకునేవాడు. అప్పుడప్పుడు టాయ్లెట్ కు వెళ్ళాల్సిన అవసరం ఉంటుంది కదా అందుకే అదైతే తనకు సౌకర్యంగా ఉంటుంది అని. అలా ఐల్ సీట్ లో కూర్చోగానే బ్లాడర్ నిండినట్టు అనిపించింది. టాయ్లెట్ కు వెళ్ళి పని ముగించుకుని చేతులు కడుక్కోవడానికి వాష్ బేసిన్ ముందు నిలబడినప్పుడు అద్దంలోకి చూసి గాబరా పడ్డాడు. అందులో ఒక యువకుడు ఓ అని ఏడుస్తూ ఏమేమో చెబుతున్నాడు. “నందిని నన్ను వదిలేసి వెళ్ళిపోయింది అనుకుంటే నువ్వానా కల్పనా? నా ఫ్రెండ్ ఆ కృష్ణవేణి నీకు తెలుసా? తనేమైనా చెప్పిందా, నేను తనను ప్రేమించానని..... అందుకే నీకు నా పైన కోపమా? నేను నీతో దీని గురించి చెప్పాను కదా! ఇలా నన్ను అందరూ వదిలేస్తే నా గతి ఏంటి? నాకెందుకో బ్రతకాలని లేదు. ఈ ప్లేన్ ఇక్కడే పేలిపోయి నేను చచ్చిపోకూడదా అనిపిస్తుంది కల్పనా....” అంటూ ఇంకా ఏమేమో పేలుతున్నాడు.

వీడు నిజంగానే ఇదంతా మాట్లాడాడా? లేదా వాడి మనసులోనిదంతా నాకు వినిపించిందా ? ఇదంతా అద్దం ఎలా గ్రహిస్తోంది-ఎలా ప్రతిధ్వనిస్తోంది? నాకు

42 కె. నల్లతంబి

మాత్రమే ఇలా జరుగుతోందా? లేక అందరికీ ఇలానేనా? మళ్ళీ గందరగోళం మనసులో.

"తను ఒక్కరినైనా ప్రేమించలేక పోయాడు. ఈ వెధవ నలుగిరినో ఐదుగురినో ప్రేమించి, ఒక్కరూ అందలేదని ఏడుస్తున్నాడు. వీడికి అదొక్కటే తక్కువ. ప్రేమనంతా ఒకమ్మాయి దగ్గరే వెతికితే దొరకదని ఇలా చాలా మందిని ప్రేమిస్తున్నాడా? ఒకవేళ చావాలని అనిపిస్తే, ఉరేసుకునో, విషం తాగో చనిపోవాలి కానీ-ఇదేమిటి ఇలా విమానం పేలి చావాలనుకుంటున్నాడు! కైలాసమో, వైకుంఠమో ఈ ఎత్తుకు దగ్గర అనుకుంటున్నాడేమో! వాడు చావడం కాకుండా అందరినీ కైలాసానికి చేర్చి పుణ్యం కట్టుకోవాలని చూస్తున్నాడేమో పాపిష్టి వెదవ!"

చాలా సేపు లోపలే ఉండకూడదని బయటకు వచ్చాడు. విమానంలో అటూ ఇటూ తిరుగుతూ ఆ వెధవ మొహాన్ని వెతికాడు. ఒక మూలలో మొహం వేలాడేసుకుని కూర్చుని కనిపించాడు. వాడు కనిపించినప్పుడు పెదాల మీదికి వచ్చిన చిరునవ్వును బలవంతాన ఆపుకున్నాడు.

తన కుర్చీకి వచ్చి కూర్చున్నాక, విమానం ఎప్పుడు దిగుతుందో అని తపన పడ్డాడు. దానికి ఏమీ కాకూడదు దేవుడా అంటూ తను నమ్మని దేవుళ్ళనంతా ప్రార్థించుకున్నాడు. భయపడ్డాడు. మళ్ళీ టాయ్లెట్ కి వెళ్ళాలనిపించినా భయంతో అలాగే కూర్చున్నాడు.

*****

పడుకోవడానికి ముందు అతడి భార్య బాత్రూం కు వెళ్ళొచ్చింది. తను వెళ్ళి బాత్రూం లో అద్దాన్ని చూడనా అనుకున్నాడు. మళ్ళీ వద్దనుకున్నాడు. ఆమె అద్దం ముందు తన గోడేదయినా వెళ్ళబోసుకుందేమో! అది తనకు వ్యతిరేకంగానో, నచ్చనట్టో ఉంటే! తనకు భయం,బాధ, వ్యథ కలగవచ్చు. దాంతో తమిద్దరి మధ్య కళ్ళకు కనిపించని ఒక చిన్న చీలిక వస్తుందేమో! భయం-అలా సంబంధాలలో

మనస్పర్థలు రాకూడదనిపించింది. అందరి ఆశయం సంబంధాలు బావుండాలనే కదా!

ఆమె ఏదైనా మంచిదే చెప్పుండ వచ్చు అని ఎందుకనిపించదు? మంచిదయితే నేరుగా చెప్పెయ్యొచ్చు. ఇలాంటివాటినే కదా చెప్పలేరు!

*****

కొడుకు తన బాత్రూం శుభ్రం చేస్తున్నప్పుడు అద్దాన్ని తుడిచాడేమో ! గోడకు కొట్టిన మేకు వదులై అద్దం జారి పగిలిపోయింది. ముక్కలు తీస్తున్నప్పుడు గాజు ముక్క తగిలి వేలు కోసుకుని రక్తంకారుతున్నా పట్టించుకోకుండా భార్య "ఇంట్లో అద్దం పగిలిపోయింది. ఈ ఇంట్లో ఏం విపరీతాలవుతాయో! ఉన్న సమస్యలు చాలవన్నట్టు ఇంకేం ఖర్మ కాచుకుందో" అంటూ అద్దం పగలిపోవడంఅన్నది మూఢ నమ్మకం అన్నట్టు ప్రతిబింబిస్తోంది. ఈ ప్రపంచంలోని మనుషులంతా ఇంతే! ఏదో ఒక మూఢ నమ్మకాన్ని పట్టుకుని వేలాడుతుంటారు.

అతడు కొడుకు వేలికి మందు రాయడం కోసం ప్రథమ చికిత్స పెట్టెను వెతుకుతున్నాడు.

"మనం ఇలా గాజు పగిలితే అపశకునం అనుకుంటుంటే, విదేశీయులు మంచిది కావాలని తాగిన గ్లాసులను కిందికేసి పగలగొడతారు. మనం దేముడి ముందు కొబ్బరికాయ కొట్టినట్టు వాళ్ళు పడవనో, విమానాన్నో పరీక్ష చేసేటప్పుడు వాటి ముందు శాంపేన్ బాటల్ ను పగలగొడతారు. బాబు వేలు కోసుకుని బాధ పడుతున్నాడు. దాన్ని గమనించకుండా శకునం గురించి చెప్తోంది" అని భార్యను కసురుకోగా, ఆమె "మీరయితే నాస్తికులు. ఇలాంటివి నమ్మరు. మీకెలా అర్థమవుతాయి లెండి" అంటూ అతడిని అంటరానివాడిగా చూసింది.

*****

మరుసటి రోజు ఒక కొత్త అద్దాన్నితీసుకురావడానికి తనే కొట్టుకు వెళ్ళాలి. అబ్బాయో, మా ఆవిడో ఈ పనులు చెయ్యరు. ఆ అంగడి గోడలు అద్దాలతో కట్టినట్టనిపించింది. ఆ అంగట్లో నించున్నప్పుడు తను స్కూల్ మ్యాగజైన్లో రాసిన రెండు లైన్ల కవిత గుర్తుకొచ్చింది. "అంగట్లోని అద్దాలలో కనిపించాయి నావే వంద ప్రతిబింబాలు, ఇందులో నా ముఖం ఏది?" ఇప్పుడూ అలాగే. వంద ముఖాలు కనిపించాయి. కానీ ఆ అంగట్లో ఉన్నవారు ఒక్కళ్ళో ఇద్దరో. వాళ్ళ ముఖాలు తను రాక ముందు వచ్చిపోయిన ముఖాలుండాలి. అన్నీ ఏమేమో చెపుతున్నాయి. వినబడడం లేదు. అర్థం కూడా కాలేదు. చిన్న పిల్లల అరుపుల మాదిరి వినిపించింది. తలలో వెయ్యి గాజు పెంకులు గుచ్చుకున్నట్టయింది.

కొడుకు బాత్రూం గోడకు మేకు గట్టిగా కొట్టి అద్దాన్ని అమర్చాడు. అది కూడా తనే చేయాలి. ఆవిడ, కొడుకు అద్దం బాలేదు అని మొహం చిట్లించారు. అద్దం ప్రతిబింబం చూపితే చాలు కదా....! అందమైన అద్దం అందరినీ సుందరంగా చూపిస్తుందా ఏమిటి?!

కుటుంబ యజమాని తన సంసారంలోని అందరికోసం అన్నీ చేస్తాడు. చివరికి అందరూ దూషించేది అతన్నే! ఈ ఇంటి యజమాని రాతే అంత! నమ్మకం అనే బాధ్యతను మోస్తూ క్రుంగి పోతాడు

*****

ఆ రోజు పక్కింటి పేరంటానికి వెళ్ళడానికి భార్య డ్రెస్సింగ్ టేబల్ అద్దం ముందు నిల్చుని సింగారించుకుంటోంది. తను ప్రక్కనున్న మంచం పైన కూర్చుని ఆమెను చూస్తున్నాడు. ఆమె చెవుల ప్రక్కన నెరిసిన కురులు ఆమె అందానికి ఒక గాంభీర్యం సంతరించి పెట్టాయి. ఆమె వజ్రాల ముక్కరకు ఆమె కంటి మెరుపులు కనిపించలేదు. పెదాలకు లిప్స్టిక్ రాసుకుని పెదాలను కలిపి ముడిచి తన వైపు చూస్తూ మాట్లాడకుండా "బావుందా" అంటూ కనుబొమ్మలు ఎగరేసింది. తను తన

బొటనవ్రేలును, తర్జనిని కలిపి సున్నా చుడుతూ “సూపర్” అన్నట్టు సంజ్ఞ చేశాడు. ఆమె చిరునవ్వులో సంతోషం, గర్వం రెండూ కనిపించాయి.

ఆమె వెళ్ళిపోయాక ఆ అద్దం ముందు నిలబడ్డాడు “ఈ రాత్రి విందు అడుగుతాడు. లేదనకూడదు” అని అనుకున్నది వినిపించింది. ఆశ్చర్యం, నవ్వూ రెండూ కలిగాయి. రాత్రి కోసం కాచుకున్నాడు.

ఈ మధ్య పడుకున్నాక ఆమె పైన చెయ్యి వేస్తే “ఊరికే పడుకోండి. వేరే పనీ పాటా లేదా! సదాశివుడికి అదే ధ్యానమన్నట్టు” అంటూ ఆమె నడుము చుట్టూ వేసిన చేతిని దూరంగా విసిరి, పడకేసే ఆమె మనసులోనూ ఇలాంటి ఆలోచనలు వస్తాయా? ఈ ఆడవాళ్ళ ఆలోచనలను ఎలా అర్థం చేసుకోవాలి?

కొన్ని పరిచితుల, కొన్ని అపరిచితుల ముఖాల గోడును అద్దంలో వినేటప్పుడు వారి పైన జాలి కలుగుతుంది. కానీ వాటన్నిటిని సహించడం మాత్రం చేత కావడం లేదు. వారి దుఃఖాలను, అవసరాలను తీర్చడం అద్దానికి సాధ్యం కాదని వారికి బాగానే తెలుసు. కానీ అద్దం ముందు గోడు వెళ్ళబోసుకుని ఏడిస్తే తమ మనసులోని బరువును దించుకోవచ్చు అని అనుకుంటారు. అలా దాని ముందు ఆరాటపడడం వలన సమస్యలు పరిష్కారమవుతే మంచిదే. అదెవరో తమిళ నటుడన్నట్టు “దేవుడుంటే మంచిదే” అని.

మనుషులు తమ బరువును ఇంకొక్కరి భుజం పైన మోపి అలుపు తీర్చుకుంటారు. కానీ, తరువాత ఆ బరువును వాళ్ళే ఎత్తుకుని వెళ్ళాలి. ఎవరైనా కానీ ఇంకొక్కరి బరువును మొయ్యలేరు.

ఇలా అద్దంలోని ప్రతిబింబాలు అతడికి కనిపించి మాట్లాడడం అతనికి సమస్యగానే మారింది. దీన్నుండి విముక్తి పొందాలి... లేకపోతే? ఆలోచించాడు. ఎవరికైనా చెప్పేసేదా అనుకుని, మళ్ళీ వాళ్ళు వీడికేమైనా పిచ్చి పట్టిందా అనుకుంటే... సైకాలజిస్ట్ దగ్గరకి వెళితే....అదీ ఇదీ అంటూ ఏవేవో తన మెడికల్

డిక్షనరీలోని పదాలు వాడి బుర్ర తినేస్తారు. వద్దు. వెనుకడుగు వేశాడు. భార్యతో అంటే..... అప్పుడప్పుడు కోపంలో ఉన్నప్పుడు చేతికందినవి విసిరేది చూసి, పిచ్చివాడనుకున్న ఆమె ఇక కన్ఫర్మ్ చేసేస్తుంది.

అతడికి రాత్రంతా నిద్ర పట్టలేదు. విపరీతమైన కోపం, అసహాయకత. తల బ్రద్దలయినట్టనిపించింది. ఉదయం లేవగానే అద్దాన్ని తీసి క్రిందికి విసిరి కొట్టాడు. అద్దం పగిలి ముక్కలు నేలంతా పరచుకున్నాయి... అన్నిట్లోనూ అనేక ముఖాలు మౌనంగా చెదిరిపోయి కనిపించాయి..

వంటింట్లో నుండి భార్య "మళ్ళీ ఏ గ్రహచారం కాచుకునుందో" అంటూ అరిచింది.

(కౌముది ఆగస్ట్ 2021 లో ప్రచురితం)

కె. నల్లతంబి

ఔట్ సైడర్ బై ఆల్బర్ట్ కాము

ఇలా అనుండకూడదని నాకు తరువాత అనిపించింది. నేను క్షమాపణ అడగడానికి కారణమేమీ కనబడలేదు. సానుభూతి కనబరచాల్సింది అతను. అది అతని బాధ్యత. నేను రేపు తిరిగి వచ్చాక బహుశా అదంతా చెప్తాడేమో...

సింగపూరుకు విమానంలో వెళుతున్న అనిరుద్ధ్ ఆల్బర్ట్ కమూ రాసిన ఔట్ సైడర్ పుస్తకంలోని పై వాక్యాలని చదువుతున్నాడు.

*****

స్టార్ క్రుయిస్ లోని అప్పర్ డెక్. అర్ధరాత్రి బహుశా ఒంటి గంట దాటి ఉండవచ్చు. బీరు తాగుతూ, వేయించిన కారపు జీడిపప్పు నములుతూ, వాక్ మేన్ లో రిచర్డ్ క్లాడర్ మేన్ పాడిన "అ లిటిల్ నైట్ మ్యూజిక్ -16 క్లాసికల్ లవ్ సాంగ్స్" క్యాసెట్ వింటూ, పైన ఆకాశాంలో మెరుస్తున్న చుక్కల్ని లెక్కేస్తూ, పడక కుర్చీలో కాళ్ళు చాపుకుని పడుకున్నాడు అనిరుద్ధ్. సముద్రం ప్రశాంతంగా ఉంది. అలల పైనుండి వస్తున్న చల్ల గాలికి, వినిపిస్తున్న సంగీతానికి, తాగుతున్న బీరు మత్తుకి మగతగా అనిపించింది.

తను మొట్టమొదటగా తన పద్దెనిమిదవ ఏట బీరు తాగినట్టు గుర్తు. శివమొగ్గలో ఉన్న ఆ పెద్ద బార్లో పెద్దగా జనాలు లేని సమయంలో ఒక మూల టేబుల్ ఎంచుకుని

కూర్చున్నాడు తను. వెయిటర్ వచ్చి నుంచున్నప్పుడు "బీర్" అన్నాడు. వాడు "ఏ బ్రాండ్?" అన్నాడు. ఏం చెప్పాలో తెలియక గుడ్లు మిటకరించేటప్పటికి "ఏమిటి ఫస్ట్ టైమా?" అన్నాడు వాడే. అవునన్నట్టు తలూపాడు అనిరుద్ధ్.

"అయితే కింగ్ ఫిషర్ తీసుకోండి. బావుంటుంది" అన్నాడు వాడు. సరేనన్నట్టు చూశాడు అనిరుద్ధ్.. వెయిటర్ బీరు తెచ్చి, ఓపన్ చేసి, చేతిలో మగ్ ని ఒకవైపు వాల్చి, నురగ రాకుండా మెల్లగా పోసి, "చిప్స్ తెస్తాను" అని చిప్స్ తెచ్చి పెట్టాడు. తను మొదటి గుటక వేసేదాకా అలా నుంచుని చూస్తున్న ఆ పెద్ద వయసు వెయిటర్, తను మొదటి గుటక వేయగానే దాని చేదు రుచికి కళ్ళు మూసుకుని ముఖం చిట్లించింది చూసి "మొదట మొదట అలాగే ఉంటుంది తమ్ముడూ. నెమ్మదిగా సర్దుకుంటుంది. ఎంజాయ్" అంటూ మరో టేబుల్ దగ్గరికి వెళ్ళాడు.

ఇప్పుడు తన ముప్పైఎనిమిదో ఏటకి ఎన్ని బీర్లు తాగుండొచ్చు అనే విచిత్రమైన ఆలోచన కూడా వచ్చి తనలో తనే నవ్వుకున్నాడు. అప్పుడు ఇతను తీసుకువచ్చిన టూర్ గ్రూపులోని కొందరు బీర్ క్యాన్లతో డెక్ పైకి వచ్చి కబుర్లాడుతూ బీరు తాగుతూ ఖాళీ అయిన క్యాన్లను సముద్రంలోకి విసిరేయసాగారు. ఇది చూసిన అనిరుద్ధ్ కు కోపం వచ్చింది. వెంటనే వెళ్ళి వాళ్ళను గట్టిగా మందలించి మళ్ళీ వచ్చి తన పడక కుర్చీలోకి జారగిలబడ్డాడు. ప్రకృతిని దాని సహజత్వానికే వదిలేయడాన్ని మానవుడు ఎప్పుడు నేర్చుకుంటాడా అనే ఆలోచన అతడి మనస్సును సతాయించింది.

****

శివమొగ్గలోని ఒక సంయుక్త కుటుంబంలోని పెద్దన్నయ్య పెద్ద కొడుకు అనిరుద్ధ్. ఇద్దరు బాబాయ్ లు, వారి భార్యలు, ఒక మేనత్త, ఆమె భర్త వీరందరితో పాటు పదకొండు మంది పిల్లలతో ఒకే ఇంట్లో అందరి నివాసం, వంటానూ. ఊర్లోని మెయిన్ రోడ్డు పైని బట్టల కొట్టును నలుగురు మగవాళ్ళు కలిసి నడుపేవాళ్ళు. అనిరుద్ధ్ తండ్రి ఇంటి పెద్దవాడవడం వలన అందరికీ అతనంటే గౌరవం, భక్తీ కూడా.

ఇంటికి పెద్ద అబ్బాయి అని అనిరుధ్ అంటే అందరికీ ప్రేమ ఉండేది. పెద్దవారందరూ అతడి పైన వాత్సల్యపు వెల్లువనే కురిపించేవారు. నోరు తెరిచి అడిగే లోపే అతడి కోరికలు తీరిపోయేవి. ఎస్సెస్సెల్సి చదివేటప్పుడే తనకో ట్రాన్సిస్టర్ కావాలని అడగగానే ఇంకో మాట మాట్లాడకుండా తండ్రి, బట్టల ఖరీదుకు పట్నం వెళ్ళినప్పుడు నేషనల్ కంపెనీ ట్రాన్సిస్టర్ కొని తెచ్చాడు. రోజూ రాత్రి పక్కలో పక్కన పెట్టుకుని రేడియో సిలోన్, వివిధభారతి పాటలు వింటూ ఉంటే, మిగతా పిల్లలు అతడితో పాటు వింటూ ఆనందించినా ఒక రకమైన అసూయతో బాధ పడేవారు.

ఇంటర్ కి వచ్చాడు. కాలేజి ఇంటికి దగ్గరగానే ఉన్నా సైకిల్ కావాలనగానే, కాంచీపురానికి పట్టు చీరలకోసం వెళ్ళినప్పుడు చెన్నై నుండి ఆకుపచ్చ రంగు సైకిల్ని తన బట్టల మూటలతో పాటు లగేజ్ వాన్ లో వేసుకుని తండ్రి తీసుకొచ్చాడు. బ్రూక్ లెదర్ సీటు, డైనమో హెడ్ లైట్, క్యారియర్ తో ఆ సైకిల్ ని ఊళ్ళో తిప్పుతుంటే తిరిగి చూడని వారు చాలా తక్కువ. బట్టల కొట్టులోని ఈజిప్షియన్ కాటన్ ఫుల్ షర్టు, స్ట్రెచ్ లాన్ బెల్ బాటమ్ ప్యాంటు, బాటా కువొవాడిస్ బూట్లు ధరించి ఆ పచ్చరంగు సైకిల్ పైన కాలేజీకి వెళ్తే మిగతా విద్యార్థుల కళ్ళు ఎర్రబడేవి.

ఇంట్లో అందరివద్దనుండి పాకెట్ మనీ తీసుకునేవాడు. స్నేహితులతో హోటల్ కెళ్ళి టిఫిన్ చేసి, ఫస్ట్ డే ఫస్ట్ షో సినిమాకు వెళ్ళడానికి కాలేజీకి చక్కర్లు కొట్టడం అలవాటయిపోయింది. కొందరు స్నేహితులతో బీర్ తాగడానికి కూడా బార్ కు వెళ్ళేవాడు. చిన్న ఊరవడంతో ఎవరో చూసినవాళ్ళు తండ్రికి చేరవేశారు. ఎంత ముద్దుల కొడుకైనా చెడు అలవాట్లు మరగడం గమనించిన తండ్రి బెల్టుతో వాయించేశాడు. పెద్ద బాబాయే అన్నతో "పోన్లే అన్నా పిల్లవాడు. ఏదో తప్పు చేశాడు. సరిపోతాడ్లే" అంటూ తనని పక్కకు తీసుకువచ్చాడు. రాత్రి పక్కన పడుకుని ఏడుస్తూ అమ్మ "ఒరే నాన్నా! ఇలా చేస్తే ఎలారా? ఇక పైన చెయ్యమాకు" అని అనునయించింది. వాడి తమ్ముళ్ళు, చెల్లెళ్ళ మొహాల్లోని ఆ రోజు సంతోషాన్ని ఆమె గమనించకపోలేదు.

ఒక రోజు అనిరుద్ధ్ స్నేహితులు, రమేశ్, సదాశివలు ఏవో గుసగుసలు పోతూ చెట్టు కింద కనిపించారు. దగ్గరికి వెళ్ళి ఏంట్రా అని అడిగితే “కెంపమ్మ ఇంటికి వెళ్తున్నాము. నువ్వూ రారా” అన్నారు. కెంపమ్మ పేరు అతడు కూడా విని ఉన్నాడు. ఊళ్ళో ఒక చిన్న సందులో ఉంటుంది. అనిరుద్ధ్ మొహం ఎరుపెక్కి చెమట కారింది. “వద్దు బాబూ! ఇంట్లో తెలిస్తే చమడాలూడదీస్తారంతే. ఆ రోజు బీర్ తాగినందుకు బెల్టు పూజ జరిగింది.” అన్నాడు.

“అయితే బీరు తాగడం మానేసావా ఏంటి?” అని ఎద్దేవా చేశాడు రమేశ్.

“వద్దురా. నాకు భయం” అంటూ వాళ్ళనుండి వచ్చేశాడు. “వదిలెయ్ రా, వాడు కొజ్జా నాయాలు. సత్తా లేదు.” అంటూ సదాశివ వాడికి వినిపించేలా అని సైకిలెక్కి వెళ్ళిపోయాడు. వినిపించనట్టుగా స్పీడుగా తన సైకిల్ తొక్కుకుంటూ అనిరుద్ధ్ ఇవతలికి వచ్చేశాడు.

మరుసటి రోజు వాళ్ళిద్దరూ వాడితో “ఎంత మస్తుగుండింది తెలుసా! నువ్వు మిస్సయ్యావు” అన్నారు. అక్కడ జరిగిన విషయాలన్నీ వివరంగా తెలుసుకోవాలని మనసు ఉబలాట పడినా, మొహాన్ని అసయ్యంగా పెట్టి “ఒరేయ్ ఇష్టం లేకుండా ఇవన్నీ ఎలారా” అనగానే వాళ్ళిద్దరూ జోరుగా నవ్వారు.

“ఒరేయ్ మావా! ఇంత దానికి ఇష్టం, ప్రేమ అన్నీ ఎందుకురా. అవన్నీ సినిమాల్లో మాత్రమే” అంటున్న రమేశ్ మాటలకు తాళం వేస్తూ సదాశివ “వెళ్ళామా, మజా చేశామా, వచ్చేశామా అంతే” అంటూ తన మాట జోడించాడు.

ఆ రాత్రి ట్రాన్సిస్టర్లో పాటలు తేలి వస్తున్నా అనిరుద్ధ్ మనస్సు మాత్రం అక్కడ లేదు. వాళ్ళిద్దరి మాటలే చెవుల్లో గింగురు మనసాగాయి. డిసెంబర్ చలిలోనూ దుప్పటిని పక్కకు జరిపేశాడు.

*****

ఇవన్నీ జరిగి పది పదిహేను రోజులయ్యుండొచ్చు. అప్పుడప్పుడు ఇంట్లో వాళ్ళ నుండి నొక్కేసిన డబ్బులు డెబ్భై రుపాయలు అతని దగ్గర ఉన్నాయి. ఆ రోజు మధ్యాహ్నం రమేశ్, సదాశివ లకు తెలియకుండా కాలేజీకి చక్కర్ కొట్టేసి ఒక్కడే గల్లీలోని చిన్న బార్ కు వెళ్ళి బీర్ తాగుతూ కెంపమ్మ ఇంటికి వెళ్ళే ప్లాన్లో ఉన్నాడు అనిరుద్ధ్. తన స్నేహితులకు తెలియకూడదని ఆందోళన, తెలిసిన వాళ్ళెవరైనా చూస్తారేమోనని కలవరం. పోలీస్ రైడ్ జరిగితే అనే భయం. కానీ ఇలాంటి గందరగోళాలను వయస్సు ఎప్పుడూ మట్టి కరిపిస్తుంది. అదే జరిగింది. భయం, భీతి, ఆందోళన, సిగ్గు ఇవన్నిటినీ పక్కకు నెట్టి మొండి ధైర్యాన్ని నూరి పోసిందది.

ఇతడి సైకిల్ ని ఊళ్ళోవాళ్ళందరూ గుర్తు పడతారు. అందుకే సైకిల్ ని బస్స్టాండు స్టాండులో పెట్టి యాభై పైసలిచ్చి టోకన్ తీసుకున్నాడు. అక్కడి నుండి కాలినడకన బయలుదేరి కెంపమ్మ ఇంటికి వెళ్ళే సందు మొదలులో నిలబడి, అటూ ఇటూ చూసి ఎవరూ లేరని నిర్ధరించుకున్నాక క్షణంలో సందులోకి మాయమై, ఇంటి తలుపులు తట్టగానే, ఎవరో అమ్మాయి లోపలినుండి తలుపు కొద్దిగా తెరిచి తొంగిచూసి

"రా బావా" అంది. ఆ పిలుపుకు భయపడి వణుకుతూనే లోపలికి వెళ్ళాడు. చిన్న ఇల్లు, వెలుగుతున్న దీపం. ఆ దీపమే లేకపోతే పగలే చీకటిగా ఉంటుందేమో అనిపించింది. ఒకే ఒక చిన్న కిటికీ. అది కూడా సగం మూసే కనిపించింది. బాగా ఉక్క పోసింది. లోపలి వాతావరణానికో లేక భయానికో కానీ చెమటలు కక్కసాగాడు.

ఎర్రగా లావుగా ఆకుపచ్చని చీరలో రుపాయి కాసంత నుదుట బొట్టుతో, అంత మధ్యాహ్నంలోనూ కొప్పులో పూలు పెట్టుకుని, తాంబూలం నములుతూ, చీలిక కనిపించేలా ఛాతీపైని జారిన పైటతో, క్రింద సగం పచ్చని రంగు ఆయిల్ పెయింట్ పూయబడిన గోడకు ఆనుకుని చాపపైన కూర్చుని కనిపించింది ఒకామె. ఆమే కెంపమ్మ అనిపించింది. ఇక ముందెప్పుడయినా ఆ పేరు వినిపిస్తే ఈమే కళ్ళ ముందు కనిపిస్తుందేమో! అలాంటి పర్సనాలిటీ ఆమెది. "పాపలూ ! బయటికి రండి. పాసెంజర్ వచ్చాడు." అని పిలవగానే అన్ని వయస్సుల నలుగురైదుగురు

అమ్మాయిలు బయటికి వచ్చి నిలబడ్డారు. అతడి వైపు చూస్తూ "చూడవయ్యా! ఎవరు కావాలి?" అందామె. వచ్చి నిలబడ్డవారందరూ "నా వద్దకు రా" అన్నట్టు అతని వైపు చూస్తూ అనేక రకాలుగా నవ్వుతున్నారు. ఒకతె పైట జారిస్తే, మరొకతె కన్నుకొట్టింది. ఇంకొకతె పెదవి కొరుకుతూ నిలబడింది.

అనిరుద్ధ్ కు తమ బట్టల దుకాణం గుర్తుకు వచ్చింది. బాబాయ్ లు బిజీగా ఉన్నప్పుడు వచ్చిన కస్టమర్లకు ఇతడే బట్టలు చూపించేవాడు. దుకాణంలో సగానికి పరచిన తెల్లటి పరుపుపైన చీరలను పరచి "ఏది కావాలో చూసుకోండి" అని చెప్పినట్టనిపించింది, ఆమె అమ్మాయిలను నిలబెట్టి ఏ అమ్మాయి కావాలో చూసుకో అని చెప్పడం. ఎదురుగా నిలబడ్డ అమ్మాయిలు కూడా ఆ చీరల్లాగే ప్రాణాలు లేని బొమ్మలేమో అనిపించింది అతడికి.

అక్కడ ఉన్నవాళ్ళలో కాస్త కళగా కనిపించి, తన కంటే నాలుగైదు సంవత్సరాలు పెద్దదేమో అనిపించిన అమ్మాయి వైపు వేలు చూపించాడు. "రోజా! లోపలికి తీసుకెళ్ళు" అని చెప్పిన లావుపాటి ఆమె ఆజ్ఞను పాటిస్తున్నట్టుగా రోజా అనే ఆ అమ్మాయి అతని వైపు చూసి "రా" అని కన్నులతోనే సైగ చేసి పిలిచింది.

రోజా ఈ అమ్మాయి అసలు పేరేనా అనే సందేహంతో ఆమె వైపు నడచిన అతడిని కెంపమ్మ ఆపి "ముప్పై రుపాయలు, అర్ధగంట" అనగానే ఆమె చేతిలో మూడు పది రుపాయల నోట్లు పెట్టి రోజా వెంట నడిచాడు.

చిన్న గది, పెంకుల పైకప్పు, మురికిగా ఉన్న గోడలు, మూలల్లో సాలెగూళ్ళు, కాటు వాసన వేస్తున్న క్రింద పరచిన పరుపు, మందంగా వెలుగుతున్న జీరో క్యాండల్ బల్బు, మూసి ఉన్న కిటికీ, ఊపిరాడకుంది. రోజా ఎర్రగా అందంగా ఉంది. తల నుండి ఎదవరకు జీరాడుతున్న పూల మాల, మెరుస్తున్న రవికె, నల్లటి నైలాన్ చీర, పెదాల పైన చవకబారు లిప్ స్టిక్, గులాబి రంగు రాసిన బుగ్గలు. అనిరుద్ధ్ గుండె కొట్టుకోసాగి చెమటలు పోశాయి. ఆమె అతని చేతిని తన ఛాతి వైపు తీసుకు వెళ్ళింది.

చేతిని లాక్కున్నాడు. ఆమె కిలకిలా నవ్వుతూ "పిరికిపంద" అంది. అతడి తొడ పైన చేయి పెట్టి అదిమినప్పుడు దేహమంతా అదిరింది.

"ప్రేమ లేకుంటే ఇదెలా?" అని రమేశ్, సదాశివ తన ముందు నిలిచి నవ్వినట్టనిపించింది. ఇక అక్కడ ఉండ బుద్ధి కాలేదు. రోజా చేతిని తన తొడపైనుండి తోసేసి, లేచి తలుపు తెరుచుకుని బయటికి వచ్చేశాడు. వెనుకనుండి రోజా "ఏ....ఏ....." అని పిలుస్తున్నా వినిపించనట్టే బయటి తలుపు తెరిచి వీధిలోకి వచ్చేశాడు. "ఏమయ్యిందే" అని లావుపాటామె అడిగిన ప్రశ్నకు "కొజ్జా" అన్న రోజా మాటలు గాలిలో తేలి వచ్చాయి. రమేశ్, సదాశివ అవునవున్నట్టు, తలూపినట్టు అనిపించింది.

అక్కడినుండి నడుస్తూ బస్ స్టాండుకు చేరుకుని సైకిల్ తీసుకుని వేగంగా తొక్కుకుంటూ ఇంటికి చేరుకుని, ధడేల్ మని టాయ్లెట్ లోకి దూరి తలుపేసుకున్నాడు.

*****

ఆ రోజు రాత్రి అనిరుద్ధ్ కు నిద్ర పట్టలేదు. "ఛ.. ఎంత మంచి ఛాన్సు మిస్సయింది. ఊరికే సుఖపడడం మానేసి ఆ ఇంట్లో ఎలాంటి ప్రేమ, స్నేహం? తను అక్కడికి వెళ్ళిన సంగతి పొరబాటునయినా స్నేహితులకు చెప్పకూడదు. దేవుడా. ఎవరికీ తెలియకుంటే అంతే చాలు " లాంటి ఆలోచనలతో నిద్ర పట్టకుండా అటూ ఇటూ దొర్లుతున్న అతడికి రోజా ఎత్తైన ఎద కళ్ళ ముందు మెరిసింది. మరుసటి రోజు రమేశ్, సదాశివ కంట పడకుండా తప్పుకుని తిరిగాడు.

కుర్రతనంలో చేసే అన్ని పోకిరీ పనులకీ చేతిలో ఆడే డబ్బులే పురిగొల్పేవి. ఎంత అల్లరిగా తిరిగినా చదువులో మాత్రం వెనుకబడలేదు. అలాగే కొంచెం సాహిత్యం పట్ల ఆసక్తి కూడ ఉండేది. కథలు,నవలలు చదివేవాడు. వాడి సాహిత్య అభిరుచికి వాడి ఇంగ్లీష్ సారు తోడ్పడేవారు. ఎలాగోలా బి.ఎస్సి ఫస్ట్ క్లాసులో పాసయ్యాడు. అదే

సమయంలో కొన్ని నెలల నుండి ఇంటి వాతావరణం కుండలో ఉడుకుతున్న అన్నంలా కుతకుతలాడసాగింది. చివరికో రోజు అది క్రింద పడి పగిలి అందులోని మెతుకులు అందరి వైపుకీ చిట్లాయి.

వ్యాపారంలో నష్టమట. కొట్టునుండి వచ్చే ఆదాయంతో పెద్ద సంసారాన్ని నడపడం కష్టమని సరుకు ఖరీదు పెంచి తండ్రి డబ్బులు కొట్టేశాడని ఆయన ఊళ్ళో లేని సమయంలో తమ్ముళ్ళు, మామయ్య గల్లా పెట్టెలోని పైసలన్నీ తమ జేబుల్లోకి దించారని, లెక్కల్లో, స్టాకుల్లో మోసం చేశారని, ఊరంతా గుప్పుమంది. దాని వివరాలు మాత్రం అతనికి గానీ, ఇతర పిల్లలకు కానీ అర్థం కాలేదు.

ఇల్లు నాలుగుగా చీలింది. తండ్రిని వదిలేసి మిగతా ముగ్గురు తమ్ముళ్ళు కొట్టును ఆక్రమించుకున్నారు. దాని పైని అప్పు మాత్రం తండ్రి తలకు కట్టారు. తండ్రి ఒంటరిగా అదే బట్టల వ్యాపారాన్ని ఇంటి నుంచి చేయసాగాడు. అనిరుద్ధ్ ని "కాస్త సాయం చేయరా" అని అడిగినప్పుడు తలాడించినా పెద్దగా పట్టించుకోలేదు. వారానికి రెండు సార్లైనా డబ్బులు తక్కువ రావడం జరిగేది. మొదట లెక్క తప్పుతోందేమో అనిపించిన తండ్రికి తన కొడుకు దారి తప్పుతున్నాడని ఆలస్యంగా తెలిసింది. మందలించాడు. బెదిరించాడు. రుచి మరిగిన పిల్లి పాలు తాగుతూనే ఉండింది. తండ్రి రెండో కొడుకైన అంబరీష్ ని చదువు మానిపించి వ్యాపారంలో చేర్చుకున్నాక అనిరుద్ధ్ నిదానంగా దూరంగా జరగాల్సి వచ్చింది.

ఎన్ని రోజులని ఈ చిన్న ఊళ్ళో ఖాళీగా తిరిగేది, పని వెతుక్కుంటానంటూ బెంగళూరు నగరం చేరాడు. అప్పటికే సదాశివ ఒక ఫ్యాక్టరీలో గుమాస్తాగా పన్లో చేరి, దగ్గర్లోని ఏరియాలో ఒక చిన్న రూములో ఉన్నాడు. ఇతడు కూడా వాడితోనే చేరిపోయాడు. రోజూ ఉదయం ఇద్దరూ టిఫిన్ చేసిన తర్వాత, సదాశివను డ్యూటీకి పంపి, వాళ్ళ రూమ్ ఓనర్ దగ్గర నుండి పేపరు తెచ్చుకుని ప్రకటనల పుటలు తిరగేసేవాడు. అలా పనులకోసం వెతకడం ప్రారంభం అయింది. సదాశివ

సహాయంతోనూ, అక్కడే ఉన్న రమేశ్ వాళ్ళ బాబాయ్ సహాయంతోనూ కొన్ని ఇంటర్వ్యూలకు వెళ్ళి వచ్చాడు.

ఒకసారి సదాశివ ఊరికని వెళ్ళినవాడు ఐదారు రోజులైనా తిరిగి రాలేదు. వెళ్ళే హడావిడిలోనో, లేదా వాడి దగ్గరే పైసలు లేకో అనిరుద్ధ్ చేతిలో డబ్బులు పెట్టలేదు. అనిరుద్ధ్ కూడా మొహమాటం కొద్దీ అడగలేదు. ఊళ్ళో అడక్కుండానే అన్నీ చేతికందించి అలవాటయిన అతనికి మరొకర్ని డబ్బులు అడగడం నామోషీ అనిపించింది.

రెండు రోజులు ఏమీ తినకుండా పంపు నీళ్ళతోనే కడుపు నింపుకుంటూ, ఇంటర్వ్యూలకు వెళ్ళి వచ్చేవాడు. అలా ఒక ట్రావెల్ ఏజన్సీ ఇంటర్వ్యూకు వెళ్ళిన వాడికి ఆ కంపెనీ వాళ్ళు "ఇంకా చాల మందిని ఇంటర్వ్యూచేయాలి. సెలెక్షన్ వచ్చే వారం చెప్పుతాము. మీరు వచ్చే సోమవారం వచ్చి కనుక్కోండి" అన్నారు. ఆ ఇంటర్వ్యూలో అతని మాదిరిగానే ఇంకా ఇరవై మంది కనిపించారు. పనేమైనా దొరుకుతుందా లేదా ఇలాగే రోడ్లు కొలవాలా అని అర్థం కాలేదు అతనికి. పోనీ ఊరెళ్ళిపోయి తండ్రి వ్యాపారంలో నిజాయితీగా సాయ పడదామా అనే సందిగ్ధంలో పడి ఆ పెద్ద బిల్డింగ్ నుండి బయటికి వచ్చి రోడ్డు పైన నడవసాగాడు. అక్కడ కొన్ని అంగళ్ళలోని షో కేస్ లలోని చీరకట్టుకున్న అందమైన బొమ్మల్ని చూసి, ఇలాంటిది ఊళ్ళో మా కొట్లో కూడా ఉంటే ఎంత బాగుంటుంది అని ఊరిని తలచుకున్నాడు. కానీ అంతలోనే కొట్టు తండ్రి చేజారి పోయిన సంగతి గుర్తుకు వచ్చింది. తండ్రి తన తమ్ముళ్ళను మోసగించి ఉండవచ్చా! కొంచెం ముక్కోపి అయినా ఆయన డబ్బుల దగ్గర నికార్సు మనిషి. ఎప్పుడూ కుటుంబం కోసమే కష్ట పడేవాడు. ఆయన తలిదండ్రులు గతించినప్పుడు తమ్ముళ్ళు, చెల్లెలు చిన్నవాళ్ళు. వాళ్ళందరి కోసం ఇంట్లోనే బట్టల కొట్టు ప్రారంభించి, మెయిన్ రోడ్డులో షాపు పెట్టేంతగా పెంచాడు. తమ్ముళ్ళనందరినీ వ్యాపారంలో భాగస్వాములను చేశాడు. దూరపు బంధువుల అబ్బాయికి చెల్లెల్నిచ్చి పెళ్ళి చేసి ఇంటల్లుడ్ని చేసుకుని, అతడ్ని కూడా వ్యాపారంలోకి తీసుకున్నాడు. మొత్తం ఇంటి జవాబుదారి అమ్మ చూసుకుంటే, నాన్న అంగడి

బాధ్యత తీసుకున్నాడు. ఇద్దరూ కలిసి అంత పెద్ద కుటుంబానికి ఏ కొరతా రాకుండా చూసుకున్నారు.

నాన్న నిజంగానే డబ్బులు కొట్టేశాడా? తమ్ముళ్ళను మోసం చేశాడా? అలాగైతే కొట్టు మీది బాకీని ఎందుకు తలకెత్తుకున్నాడు? తను కష్టపడి పెంచిన కొట్టును బాబాయ్ లకు, మామయ్యకు ఎందుకు వదిలేశాడు? అలా డబ్బులు కొట్టేసుంటే బయటకు వచ్చినాక మరో పెద్ద కొట్టు పెట్టుకోవచ్చు కదా? అలాకాక, తన మిత్రులవద్ద అప్పులు చేసి ఇంటి నుండి ఎందుకు వ్యాపారం చేస్తున్నాడు? ఇలా ఆలోచనలు కందిరీగల్లా ముసురుకుని తండ్రి పైని గౌరవభావాన్ని పెంచాయి.

అలా ముందుకు నడిచి వస్తుంటే మరో చీరల అంగడి ముందున్న బొమ్మ పైట జారి కనిపించింది. టక్కున రోజా గుర్తుకు వచ్చింది. ఆ రోజు తప్పు చేశానా? ప్రేమ, ఇష్టం లేకుండా ఆడదాని వద్దకు చేరటం కుదురుతుందా? అలా కాక, తన స్నేహితులు, రోజా అన్నట్టు తాను 'అదా'? ఈ ఆలోచనలలో పడి నడుస్తున్న అతనికి అక్కడ కాఫీ హౌస్ గాజు కిటికీ నుండి ఒక లావుపాటి ఆసామి మసాల దోశ తింటూ కనిపించాడు. అతనికి కూడా ఆకలిగా అనిపించింది. మూడు రోజుల నుండి ఏమీ తినలేదు. రెండు రోజుల నుండి కార్పొరేషన్ నీళ్ళు తాగి కడుపునింపుకున్నది గుర్తుకు వచ్చి పేగులు గోల పెట్టసాగాయి.

ఏం చెయ్యాలో తోచక పక్కనే ఉన్న షాపింగ్ కాంప్లెక్స్ లోకి వెళ్ళాడు. అక్కడున్న పుస్తకాల షాపుకు వెళ్ళి బీరువాలలో ఉన్న పుస్తకాలను తీసి తిరగేయసాగాడు. గాజు ఛేంబర్ లో ఉన్న మేనేజర్ వచ్చి "ఏదైనా ప్రత్యేకంగా వెతుకుతున్నారా?" అని అడిగాడు.

"లేదులెండి. క్యాజువల్ గా చూస్తున్నా" అన్నవాడు "కము వ్రాసిన ఔట్ సైడర్ పుస్తకం ఉందా?" అని అడగగానే కొన్ని బీరువాలు పరికించి చూసి "లేదండీ. స్టాక్ లో లేనట్టుంది" అంటూ అతడి పుస్తకాల పట్ల ఆసక్తిని గమనించి కాఫ్కా

"మెటమార్ఫాసిస్, ఎ హంగర్ ఆర్టిస్ట్" గురించి మాట్లాడసాగాడు. అంతలో అతడి క్యాబిన్ లోని ఫోన్ మోగసాగింది.

"ఇప్పుడే వస్తాను" అంటూ ఆయన లోపలికి వెళ్ళాడు. పుస్తకాలు చూస్తున్న అనిరుద్ధ్ కి మసాలా దోశ కళ్ళముందు కనిపించసాగింది. కడుపు గిల్లి తన ఉనికిని తెలిపింది. జేబులో ఉన్నది ఒకటిన్న రుపాయి చిల్లర. అది సదాశివ క్రిందటి వారం ఇచ్చిన సొమ్ములో ఆ రోజు బస్ టికెట్ పోను మిగిలిన మొత్తం. అనిరుద్ధ్ చుట్టుపక్కల పరికించి చూశాడు. మేనేజర్ అటు తిరిగి ఫోన్లో మాట్లాడుతూ కనిపించాడు. ఇంకెవ్వరూ కొట్లో కనిపించలేదు. బయట కాకీ దుస్తుల్లో సుమారు యాభై సంవత్సరాల వయస్సున్న కాపలాదారు స్టూలు పైన కూర్చుని కనిపించాడు. అనిరుద్ధ్ కొంచెం ఖరీదైన పుస్తకాన్ని తీసుకుని చదువుతున్నట్టు నటిస్తూ, షర్ట్ పైకెత్తి పొట్టను లోపలికి లాక్కుని, పుస్తకాన్ని దోపుకుని షర్ట్ ను మామూలుగా చేసుకుని మెల్లగా బయటికి వచ్చాడు. కాపలాదారు వైపు దొంగ చూపులు చూస్తూ వడివడిగా అడుగులు వేయసాగాడు. కాపలాదారుకు అనుమానం కలిగి, "ఏయ్ ఆగు.... ఆగరా" అని పిలుస్తూ వెంబడించడం చూసి, వెనిక్కి చూడకుండా పరిగెత్తసాగాడు. కాపలాదారు "దొంగ....దొంగ" అంటూ పరిగెత్తుకుని రావడం చూసిన ఎదురుగా నడుస్తున్న ఇద్దరు అతనిని పట్టుకుని ఆపారు. ఎంత పెనుగులాడినా వారినుండి తప్పించుకోవడం అతనికి చేత కాలేదు. వెనుక నుండి పరిగెత్తుకు వచ్చిన కాపలాదారు అతని ఒంటిని తడిమి, పొట్ట చాటున పెట్టుకున్న పుస్తకాన్ని బయటకు తీసి, కాలర్ పట్టుకుని లాక్కుని అంగట్లోకి తీసుకువెళ్ళి, మేనేజర్ క్యాబిన్ లోకి తోశాడు. వెనకాల వచ్చిన వాళ్ళు అంగడి తలుపు ముందు నిలబడ్డారు.

మేనేజర్ కు కాపలాదారు విషయం తెలిపేటప్పుడు అనిరుద్ధ్ కి చెమటలు కారిపోసాగాయి. కళ్ళెంబడి నీళ్ళు కూడా. బయట నిలబడిన వారి వద్దకు వెళ్ళి మేనేజర్ ఏదో మాట్లాడి పంపించేశాడు. కొంత మంది వెళ్ళిపోయినా, మరికొందరు తమాషా చూడడానికి నిలబడ్డారు. కాపలాదారుని బయటకు వెళ్ళమని చెప్పి, కుర్చీ

చూపిస్తూ అనిరుద్ధ్ ను కూర్చోమన్నాడు మేనేజర్. అతడు అలాగే నిలబడి ఉండడం చూసి, "ఎందుకు ఏడుస్తున్నావు?" అని అడిగాడు. "సర్. తప్పయిపోయింది. క్షమించండి" అన్నాడు.

"చూడబోతే మంచి కుటుంబం నుంచి వచ్చినవాడిలాగా ఉన్నావు. చదువుకున్నట్టు కూడా అనిపిస్తుంది. మరి ఎందుకిలా చేశావు?" అన్నాడు మేనేజర్. సిగ్గుతో బిక్క చచ్చిపోయి నిలబడ్డాడు అనిరుద్ధ్. "పోలీస్ కంప్లైంట్ ఇస్తే నీ జీవితం పాడయి పోతుంది. నువ్వు దొంగిలించడానికి రాలేదు అని నాకు తెలుసు. చెప్పు. ఏం ప్రాబ్లెమ్?" అని అన్నాడు మేనేజర్. అనిరుద్ధ్ ఏడుస్తూనే తన గురించి చెపుతూ "అన్నం తిని మూడు రోజులయింది సార్. అందుకే ఆకలికి తట్టుకోలేక ఇలా చేశాను. దీన్ని అమ్మి ఏదైనా తినాలని" అన్నాడు. అలాగే "ఇదే ఫస్ట్ టైమ్ సర్. ఇంకెప్పుడూ ఇలా చెయ్యను" అన్నాడు. మేనేజర్ కు ఏమనిపించిందో "నువ్వింకా చిన్నవాడివి. నీ జీవితం పాడయి పోకూడదు అని కంప్లైంట్ చేయడం లేదు" అని కొనసాగిస్తూ "సరే. వెళ్ళు" అని అన్నవాడు మళ్ళీ "ఆగు. ఒక్క నిమిషం" అంటూ తన జేబునుండి రెండు పదుల నోట్లు తీసి అతనికి ఇస్తూ "వెళ్ళు. భోంచెయ్యి" అన్నాడు. అనిరుద్ధ్ తీసుకోక పోవడం గమనించి "పర్లేదు తీసుకో. ఇంకెప్పుడూ ఇలా చేయకు" అంటూ అని జేబులోకి కూరాడు. అనిరుద్ధ్ సిగ్గుతోనూ, అవమానంతోనూ కుచించుకుపోయాడు. శరీరం అంతా వణకసాగింది. కన్నీళ్ళలో తను కరగి పోకూడదా అనిపించింది. ఏమీ తోచక నిలబడిన వాడికి మేనేజర్ తన టేబల్ పైనున్న మంచినీళ్ళ బాటల్ ఇచ్చి "తాగు" అని వీపు నిమిరాడు.

కొట్టు వెనక భాగం తలుపు తీసిపట్టుకుని "ఇటువైపునుండి వెళ్ళు. ముందువైపు నుండి వద్దులే" అన్నాడు.

*****

ఆ రోజు వచ్చి పడుకున్నవాడు రెండు రోజులైనా రూమునుండి బయటకు రాలేదు. ఊరు ఊరే తనను నగ్నంగా చేసినట్టనిపించి, ఈ రూములో దాగుండడం తప్ప తనకు వేరే చోటు లేదన్నట్టు చాప పైన ముడుచుకుని పడుకున్నాడు. పళ్ళు తోమలేదు, స్నానం చెయ్యలేదు. దిండంతా చెమటతో తడిసిపోయింది. ఈ రూములోనే ఊపిరాగి పోయి చచ్చిపోకూడదా అనిపించింది. కడుపు వీపుకి అతుక్కుపోయింది. తరువాతి రోజు మెల్లగా లేచి బాత్రూముకు వెళ్ళి, పళ్ళు తోముకుని, స్నానం చేసి, బట్టలు తొడుక్కుని ఊళ్ళోని అందరు దేవుళ్ళని, తలిదండ్రులను ఒకసారి తలచుకుని బయటకు వచ్చాడు. కళ్ళకు గుచ్చినట్టనిపించింది బయట ఎండ. రోడ్డు పైకి వస్తుంటే అందరూ తనను దొంగను చూసినట్టు చూస్తున్నారనిపించి అందరి కళ్ళు తప్పించుకుని దగ్గిరే ఉన్న హోటలు కెళ్ళి ఒక భోజనం టోకన్ తీసుకున్నాడు. గల్లా పెట్టెలో కూర్చున్నతను ఇతడిచ్చిన పది రుపాయల నోటును తన కళ్ళద్దాల సందులో నుంచి పట్టి పట్టి చూసి ఇతడి వైపు కూడ పరీక్షగా చూసేసరికి ఒళ్ళంతా గొంగళి పురుగులు పాకినట్టనిపించింది. భోజనం కంచం తెచ్చి పెట్టాక కూడా దాని వైపు చూడకుండా ఎటో చూస్తున్నవాడిని చూసిన సర్వర్ "సార్, భోజనం" అన్నాక మెలకువ వచ్చింది.

ఎందుకో భోజనం గొంతులో దిగలేదు. ఇల్లు గుర్తుకొచ్చింది.

ఊరెళ్ళి పోదాం అనిపించినా సదాశివ లేనప్పుడు అలా వెళ్ళిపోవడం బావుండదు అనిపించి మిన్నకున్నాడు. బయటి వెలుతురు అతడి ఒంటిపైని గుడ్డలను ఒలిచేసినట్టనిపించింది. అక్కడ్నుండి ఒక సినిమా హాలుకు వెళ్ళి లోపల కూర్చున్నాడు. చీకట్లో ఎంతో నెమ్మదనిపించింది.

మూడు నాలుగు రోజుల తరువాత వచ్చిన సదాశివ "ట్రావెల్ ఏజంట్ ఇంటర్వ్యూ ఏమయిందిరా?" అన్న ప్రశ్నకు సోమవారం వెళ్ళి తెలుసుకోవాలని చెప్పాడు. వీడి వాలకాన్ని చూసిన సదాశివ "ఏరా! ఏమయ్యింది? ఎందుకలా

ఉన్నావు?" అని అడిగాడు. "అయ్యో ! వీడికేమైనా అంతా తెలిసిపోయిందా ఏమిటి?" అని అనిరుద్ధ్ భయపడ్డాడు.

"నేను ఊరెళ్ళి పోతాన్రా సదా. ఈ ఉద్యోగమూ వద్దు, ఏమీ వద్దు" అంటున్న అతనిని ఆపి

"సోమవారం దాని ఫలితమేమో తెలుసుకుని తరువాత ఏదీ నిర్ణయిద్దాం లే" అని సదాశివ అనగా అది కూడా చూద్దాం అనుకున్నాడు. రెండు రోజుల తరువాత సోమవారం ట్రావెల్ ఏజన్సీ ఆఫీసుకు వెళ్ళి కనుక్కుంటే సెలెక్ట్ అయినట్టు తెలిపారు. బుధవారం పన్లో చేరవచ్చని చెప్పారు. జీతం ౩౦౦ రుపాయలు అని చెప్పారు.

*****

మొదట బస్సు, రైలు బుకింగులు నేర్చుకున్న అనిరుద్ధ్ తొందరగానే ఎయిర్ టికెట్ బుకింగ్ కూడా నేర్చుకుని ఆరితేరాడు. నాలుగైదు నెలల్లోనే చుట్టుపట్ల సందర్శనా స్థలాలకు వెళ్ళాల్సిన చిన్న చిన్న గ్రూపుల వెంట వెళ్ళడం ప్రారంభించాడు. అంచెలంచెలుగా పనిలో ఎదిగాడు. దగ్గర్లోని విదేశాలైన శ్రీలంక, మాల్దీవులు, నేపాల్, సింగపూర్, మలేషియా, బ్యాంకాక్ లకు ప్యాకేజ్ టూర్లకు తీసుకుని వెళ్ళేవాడు. ఇతనితో వెళ్ళిన గ్రూపువాళ్ళు ఇతని గురించి మంచి అభిప్రాయం ఇచ్చేసరికి కంపెని పై అధికారులకు ఇతడి గురించి మంచి అభిప్రాయం ఏర్పడింది. జీత భత్యాలు పెరగసాగాయి.

మొదటి నెల జీతం తీసుకుని ఊరెళ్ళాడు. నాన్న అమ్మ ఇతడిని చూసి సంతోషపడ్డారు. ఉద్యోగంలో చేరిన సంగతి తెలుసుకున్న తండ్రి మొహంలో గెలుపు రేఖ కనిపించింది. తమ్ముళ్ళు, చెల్లెళ్ళు ఉత్తినే పలకరించి మిన్నకున్నారు. తిరిగి బయలుదేరినప్పుడు తండ్రి "అమ్మాయిని చూద్దాం. పెళ్ళి చేసుకో" అన్నాడు. ఆవకాయ సీసాలో పెట్టి ఇస్తూ అమ్మ "సదాశివ, రమేశ్ లకు ఇవ్వు" అన్నది. "నీకు పాటలు వినకుంటే రాత్రి నిద్ర పట్టదు కదా. ట్రాన్సిస్టర్ తీసుకెళ్ళు" అంది.

"వద్దులే. అనిల్ వింటున్నాడు కదా. వాడినే ఉంచుకోమను" అన్నాడు అనిరుద్ధ్.

మరో తమ్ముడు అంబరీష్ తో "సైకిల్ నువ్వు ఉంచేసుకో" అన్నాడు.

అదే మొదటి సారిగా తమ్ముళ్ళ మొహాల్లో స్నేహభావాన్నిచూశాడు అనిరుద్ధ్. తలుపు వరకు వచ్చిన తల్లి, తమ్ముళ్ళు, చెల్లెలి కన్నుల్లో నీటి బొట్టు కనిపించిది. చెల్లెలు మంజుల తల నిమురుతూ ఆమె చేతిలో వంద రుపాయల నోటు పెట్టి "నీకిష్టమైంది తీసుకో" అన్నాడు. తండ్రేమో వద్దన్నా వినకుండా బస్టాండు దాకా తోడు వచ్చాడు.. వారిద్దరూ రోడ్డు మలుపు తిరిగేదాకా అందరూ ఇంటి గడపలోనే కనిపించారు.

బస్సెక్కడానికి ముందు తండ్రి అనుకోని విధంగా అతనిని హత్తుకున్నాడు. తన జబ్బుల పైన పడిన రెండు చుక్కలు వేడిగా అనిపించాయి అనిరుద్ధ్ కి. తను కూడా బస్సెక్కి తిరిగి చూడకుండా వెళ్ళి కూర్చున్నాడు.

సెలవు దొరికినప్పుడల్లా ఊరెళ్ళి వచ్చేవాడు. తమ్ముళ్ళు, చెల్లెలు ఒకసారి వీడున్న ఊరికి వచ్చి వెళ్ళారు. ఇతడు ఊరికి వెళ్ళివచ్చిన సంవత్సరానికి దూరపు బంధువుల ఒక అమ్మాయిని పెళ్ళాడాడు. ఒక చిన్న ఇల్లు తీసుకుని కాపురం పెట్టాడు. ఇల్లు తీసుకున్నాక తలిదండ్రులు, అత్త మామలు వచ్చి ఒక నాలుగు రోజులుండి వెళ్ళారు.

*****

పెద్ద పెద్ద బీరువాలలో పేర్చబడిన పుస్తకాలు ఇతడిని చూసి కేకలు పెడుతూ నవ్వుతున్నట్టు, గెంతులేస్తున్నట్టు, కొంత సమయం తరువాత ఆ బీరువాలన్నీఒక వైపుకు వాలి లోపలి పుస్తకాలన్నీ తన పైన పడినట్టు, ఆ పుస్తకాల కుప్పలో తను కూరుకుపోయి ఊపిరాడనట్టు చాలా రాత్రులు అనిరుద్ధ్ కు కలలు పడేవి. అప్పుడంతా ఉలిక్కి పడి లేచి కూర్చునేవాడు. భార్య హేమ వీడి చెమట తుడిచి, నీళ్ళు త్రాగించి వీపు నిమిరేది. మళ్ళీ పడుకున్నప్పుడు కావిలించుకునేది. అప్పుడు అనిరుద్ధ్ తమాషాకి సదాశివ, రమేశ్ లకు వినిపించేలా "ఒరేయ్ ఇదిరా! ప్రేమ, స్నేహం అంటే" అని అరవాలనిపించేది. హేమ బిగి కౌగిలింతలో రోజా కరగిపోయింది.

*****

సుమారు ఏడెనిమిది సంవత్సరాలు గడిచాయి. పుస్తకాల షాపు ఉన్న కాంప్లెక్స్ ముందుగా ఎన్నోసార్లు వెళ్ళినా ఆ కాంప్లెక్స్ లోకి మాత్రం అడుగు పెట్టలేదు. అందులోని పుస్తకాలు తనను గుర్తు పట్టేస్తాయేమో లేదా తనను తరుముతూ వచ్చేస్తాయేమో లేదంటే తన కలల్లో కనిపించినట్టుగా తన పైన విరుచుకు పడి తనను పూడ్చేస్తాయేమో అనే భయంతో ఆ కాంప్లెక్స్ వైపు కన్నెత్తి కూడా చూసేవాడు కాదు.

కానీ ఆ రోజు మాత్రం ముందుగా నిర్ధరించుకున్నవాడిలా ఏదో మొండి ధైర్యంతో ఆ కాంప్లెక్స్ లోపలికి వెళ్ళి నేరుగా ఆ పుస్తకాల అంగడికి వెళ్ళాడు. బయటి కాపలాదారు పాతవాడు కాడు. లోపలికి వెళ్ళి గ్లాస్ ఛేంబర్ వైపు చూశాడు. అక్కడ తన టేబల్ పైన కూర్చుని మేనేజర్ ఏదో వ్రాసుకుంటూ కనిపించాడు. ఇప్పుడు కళ్ళకి కళ్ళద్దాలు వచ్చాయి. తల బాగానే నెరిసింది. తలుపు వద్ద నిలుచుని " లోపలికి రావచ్చా?" అన్నాడు. ఆయన తల ఎత్తి చూసి "రండి. కూర్చోండి. ఏం కావాలి?" అంటూ అపరిచితుడిని మాట్లాడించినట్టు మాట్లాడాడు. అనిరుద్ధ్ మౌనంగా తన షర్ట్ జేబునుండి ఒక తెల్లటి కవర్ తీసి ఆయన ముందుంచాడు. "ఏంటిది?" అన్నట్టుగా మొహం పెట్టిన ఆయన అనిరుద్ధ్ వైపే చూస్తూ కవర్ తీసుకుని తెరిచాడు. అందులో ఉన్న రెండు పది రుపాయల నోట్లను చూసి ఆయన కళ్ళల్లో ఆశ్చర్యం కనిపించింది.

"నువ్వు... మీరు..." అంటూ ఆయన ఏదో అనబోయేంతలో "నేనేనండీ" అన్నాడు అనిరుద్ధ్.

"ఇదెందుకు?" అంటూ నోట్లవైపు చూపించాడు. నీళ్ళు నిండిన కళ్ళతో అనిరుద్ధ్ మౌనంగానే ఉండిపోయాడు. ఆయన చిరునవ్వు నవ్వాడు. అతని గురించి అంతా తెలుసుకుని చాలా సంతోషపడ్డాడు. కాఫీ తెప్పించాడు.

అనిరుద్ధ్ వెళ్ళడానికి లేచి నుంచున్నాడు. ఒక్క నిమిషం అంటూ ఆయన లోపలికి వెళ్ళి ఒక కవర్ అనిరుద్ధ్ చేతికిచ్చి "వద్దనకు ప్లీజ్" అన్నాడు. అనిరుద్ధ్ దాన్ని తన

షోల్డర్ బ్యాగ్ లో పెట్టుకున్నాడు. షేక్ హ్యాండ్ ఇస్తూ ఆయన వీడిని దగ్గరకు తీసుకున్నాడు. అనిరుద్ధ్ కు బస్టాండ్ లో తనను హత్తుకున్న తండ్రి గుర్తుకు వచ్చాడు. తన భుజాల పైన పడిన రెండు కన్నీటి చుక్కల తడికి ఆయన అనిరుద్ధ్ వీపు నిమిరాడు. ఛేంబర్ నుండి బయటకు వస్తున్నప్పుడు వెనకాల ఆయన గొంతు వినిపించింది "ముందు తలుపునుండి వెళ్ళు" అని.

ఆ రాత్రి అనిరుద్ధ్ ఒక గ్రూపును సింగపూర్ కు తీసుకువెళ్తూ విమానంలో బ్యాగ్ నుండి ఆయనిచ్చిన కవర్ తీసి చూశాడు.

ఆల్బర్ట్ కమూ "ఔట్ సైడర్" పుస్తకం స్నేహపూర్వకంగా నవ్వుతూ కనిపించింది.

(పాలపిట్ట జనవరి 2020 సంచికలో ప్రచురితం)

కె. నల్లతంబి

ఇంట్లో ఒంటరిగా

ఈ రోజు ఇంట్లో అద్దం ముందు నగ్నంగా నిల్చున్నాను.

ఈ రోజే నేను నా దేహంలోని అంగాంగాగలను విడివిడిగా, స్పష్టంగానూ, ఓపికతోనూ చూస్తోంది. ఇవి నా దేహంలోని భాగాలే. అన్నీ రోజూ చూసేవే. కానీ సరిగ్గా గుర్తు పట్టగలనా? ఏ భాగం వంకరగా ఉంది, ఎక్కడ మచ్చ, మరక, గీత – ఏ భాగం నాకిష్టం – నీ కళ్ళు చిన్నవి, చేతులు రాజు చేతిలా పొడుగు, మనోహరమైన నవ్వు, అంతగా తెల్లగా లేని పళ్ళు – ఇలా మిమ్మల్ని చూసేవాళ్ళు ఎవరైనా, ఎప్పుడైనా, ఏదో ఒకటి చెప్పుంటారు కదా – అలా నన్ను అడిగితే నేను వెంటనే చెప్పగలనా ?

అందరి దేహంఅర్ధనారీశ్వరుడిలా ఉంటుందట. ఒక భాగమంతా ఆడదా అని పురుషులు, ఇంకో భాగం మగా అని స్త్రీలు కంగారు పడకండి. నేను చెప్పబోతోందే వేరు. దేహంలోని ఒక్క సగం ఇంకో సగం కంటే పొడుగ్గానో, పొట్టిగానో ఉంటుందట. ఎక్కడో చదివింది గుర్తు. మెదడులోని ఏ మూలలోనో దాగింది, ఇప్పుడు ఒంటరిగా ఉండేడప్పటికి పైకి వచ్చింది. ఈ రోజు ఇవన్నీ నిజమా అని పరీక్ష చేసి చూసే సమయం, ఏకాంతం రెండూ దొరికాయి. ముందుగా సులభంగా చూసుకోవడానికి వీలయ్యింది – మోచేతులు రెంటినీ కలిపి చిటికెన వ్రేలు వరకూ జోడించి చూశాను. నా కుడిచెయ్యి ఎడమ చేతికంటే కొద్దిగా పొడుగ్గా ఉన్నట్టు అనిపించింది. అది నిజమే

మరి. నాకు కనిపిస్తుంది తప్పా లేక నాకేమైనా దృష్టి దోషమా అనే సందేహం కలిగింది. వెంటనే నా రూములోని టేబల్ డ్రాయర్ నుండి టేపును తీసి కొలిచి చూశాను. కుడి చెయ్యి మోచేతినుండి చిటికెన వేలిదాకా 45 సెం.మీ చూపించింది. ఎడమ చెయ్యి 44.5 సెం.మీ చూపించింది. పాదాలను కొలిచాను. ఒక పాదం 26 సెం.మీ ఉంటే ఇంకోటా 26.5 సెం.మీ ఉంది. అదే మాదిరిగా వేళ్ళు, చెవులు, ముక్కు వీటన్నిటిని ఎలా కొలవాలో తెలియక తన్నుకున్నాను. దీని గురించి ఎవరినైనా కనుక్కోవాలని అనిపించింది.

ఇలా నగ్నంగా ఉన్నప్పుడు, మన వద్ద అన్నీ ఉన్నట్టు ఒకసారి, ఏమీ లేనట్టు ఒకసారి అనిపించింది. ఇలా నగ్నం కావడానికి ముందు కొద్దిగా జంకు అనిపించినా, కొన్ని క్షణాల్లో అది దూరమవుతుంది. నగ్నంగా ఉండడం ఒక అందమైన స్థితి. కానీ అసహ్యం అంటారు కదా. ఎందుకో ?

ఒక సామెత ఉంది కదా, అదేమిటి, “పని లేని మంగలి పిల్లి తల....” ఇలా ఏవేవో ఆలొచిస్తాడు వీడు, వీడికి మతి స్థిమితం లేదు అనుకోవద్దు. అలా ఏంకాదు. ఈ లాక్ డౌన్ విధించడానికి కొన్ని రోజుల ముందు మా అత్తగారిని అంటే నా భార్య తల్లిగారిని, ఆమెకు ఆరోగ్యం సరిగ్గా లేదు అంటే, చూసి వస్తామని, రెండు రోజుల్లో వచ్చేస్తామని నా భార్య, నా కొడుకు ఆమె ఊరికి వెళ్ళారు. మళ్ళీ తిరిగి రావడానికి వీల్లేకుండా ఇరుక్కున్నారు. ఈ లాక్ డౌన్ ఇంకా ఎన్నాళ్ళుంటుందో? బహుశ ఒక నెల ఉండచ్చేమో!

వాళ్ళేమైనా ఈ దేశం బీద ప్రజలా, అక్కడి నుండి ఎండలో రోడ్లు పట్టుకుని రావడానికి?

దాదాపు ఒక నెలపాటు ఇంట్లోనే గడపాల్సి వచ్చిన నేను ఇంకేం చెయ్యగలను? యథార్థ జీవితం ఇలా సంక్లిష్టమైనప్పుడు, ఒకయాలోకాన్నిసృష్టించుకుని అందులో కొంతకాలం జీవించి చూడవచ్చును. ఇలా ఏదేదో పిచ్చి పిచ్చిగా ఆలోచించేవాణ్ణి.

ఉదయం ఆరుగంటలయ్యుంటుంది. మెలకువ వచ్చింది. ఒక కప్ కాఫీ చేసుకుని హాలులోని ఫ్రెంచ్ కిటికీ తెరను జరిపి, తలుపులను తీసి అక్కడున్న అరుగు మీద కూర్చున్నాను. గాలి ఆహ్లాదంగా ఉంది. ఇలా తెల్లవారునే లేచి కిటికీ ప్రక్కన కూర్చుని, కాఫీని ఆనందిస్తూ, చల్లటి గాలిని అనుభవించినట్టు జ్ఞాపకమే లేదు నాకు.

బయట కను చూపు మేరా కనిపించే పచ్చటి చెట్లు. ఈ అపార్ట్ మెంట్ కు వచ్చి ఒక సంవత్సరమే అయినా పక్షుల కిలకిలారావం వింటోంది ఈ రోజే. లేదా అవి ఈ రోజు దాకా కిలకిలమనలేదా? మనస్సు తేలిగ్గా ఉంది. ఇంకో కాఫీ కావాలనిపించింది. చేసుకుని తీసుకుని అదే జాగాకు తిరిగివచ్చి కూర్చున్నాను. ఈ ఉదయం ఎవరూ వాకింగ్ కు బయలుదేరినట్టు లేదు. అందరికీ ఇప్పుడు చాలా టైముంది. వాకింగ్ కు పర్మిషన్ ఇస్తే గుంపులు గుంపులుగా చేరి గంటల కొలదీ మాట్లాడుతూ నుంచుంటారు. సామజిక దూరం మరచిపోతారు. అందుకే వాకింగ్ నిషేధించారు. నిన్న సాయంత్రం ఇంటికి కావలసిన సరుకులను తీసుకు రావడానికి మా బిల్డింగ్ లోని సూపర్ మార్కెట్ కు వెళ్ళినప్పుడు నోటీస్ బోర్డులో సూచన కనిపించింది.

ఎంత సేపు అలా కూర్చున్నానో తెలియలేదు. స్నానం చేసి వచ్చి పూజా గది (ఉత్త మంటపం మాత్రమే) లో దీపారాధన చేశాను. ఊరికెళ్ళేటప్పుడు చెప్పి వెళ్ళింది

“మరచిపోకుండా పొద్దునే స్నానం చేసి దేవుడికి దీపం పెట్టండి” అని. “మన ఇంటి దేవత బనశంకరి అమ్మవారి కళ్ళు ఎలా మెరుస్తున్నాయో చూశారా ! ఈ దీపం వెలుగులో ఆమె నవ్వును చూడడానికి రెండు కళ్ళు చాలవండీ” అని ఆమె అప్పుడప్పుడు చెప్పడం విన్నాను. ఫోటోలోని అమ్మవారు మందహాసం చిందిస్తున్నారు. ఇన్ని రోజులు ఇది చూడకుండా ఎలా ఉండిపోయానో అని బాధపడినా ఈ రోజు చూసింది తృప్తినిచ్చింది. “దుర్గాదేవీ, సన్మార్గదర్శకీ, దయారూఢే దయాదృష్టే, దయార్ద్రే, దుఃఖవిమోచనీ, సర్వపత్తారికే, దుర్గే, జగద్ధాత్రీ నమోస్తుతే,

జగద్ధాత్రి కల్ప...." ఇప్పుడు తన పుట్టింటి చల్లని ఒడిలో ఈమె పాడుతూ ఉంటుంది. రోజూ వినవస్తున్నా ఈరోజెందుకో స్పష్టంగా వినిపిస్తోంది, చెవిలో తేనె కురిసినట్లు.

ఫ్రిడ్జిలో ఒక వారానికి సరిపడా ఇడ్లి పిండి రుబ్బి పెట్టి వెళ్ళింది తను. నా బాగోగులు చూసుకోవడమంటే ఆమెకు చాలా ఇష్టం. పద్ధతిగా అంతా చేసిపెట్టి వెళ్ళింది. పిండిని తీసి ఇడ్లీలు చేసుకుని టొమాటో చట్నీతో పాటు తిన్నాను. తనే రుబ్బిపెట్టిన పిండే అయినా ఎందుకో ఆమె చేతి రుచి రాలేదు అనిపించింది.

ఫ్లోరింగ్ పైనంతా అడుగుల ముద్రలు. అంత దుమ్ము పేరుకుంది. ఈ రోజు చిమ్మేసి, బట్ట పెట్టి తుడవాలనుకున్నాను. చీపురు కోసం వెతికితే గ్యాస్ సిలిండర్ వెనుక కనిపించింది. తీసుకుని హాలు, కిచెన్, బెడ్రూములు అంతా చిమ్మి, ప్లాస్టిక్ చెత్త బుట్టలో వేశాను. ఒక బకెట్ లో నీళ్ళుతెచ్చుకుని మాప్ తో తుడిచాను. నడుము నొప్పిగా అనిపించింది. ఇలాంటి నొప్పిని ఇంతవకూ అనుభవించలేదు. చిమ్మేటప్పుడు, తుడిచేటప్పుడు అప్పుడప్పుడు లేచి నుంచుని, విశ్రాంతి తీసుకోనందున ఆయాసం వచ్చింది. ఇంటి పనిమనిషి ఇలా ఎప్పుడూ విశ్రాంతిగా కూర్చోవడం చూడలేదు నేను.

సాయంత్రం ఏడు గంటలకు బావమరిది అమెరికా నుండి తెచ్చిచ్చిన శివాస్ రీగల్ బాటల్ గుర్తొచ్చాయి. ఆమె ఉంటే ఒక్క శనివారం మాత్రమే నాకు అనుమతి. క్యాలండర్ చూశాను. మంగళవారం అని ఉంది. పేజీలు చింపలేదేమో అని మొబైల్ లో చూశాను. అది కూడా మంగళవారమే అని చూపింది. ఆమె ఊళ్ళో లేదు కదా అని అంత సులభంగా తాగడానికి మనసొప్పలేదు. ఆమె ఐతే అంత దూరం నుండే వాసన కనిపెట్టేస్తుంది. కానీ, ఒళ్ళంతా నొప్పులు. అదీ నడుమయితే విరిగిపోయేటట్టనిపించింది. బాటల్ తీసుకుని గ్లాసులోకి ఒక పెగ్ వేసుకుని, ఐస్ వేసుకుని ఆ ఫ్రెంచ్ కిటికీ అరుగు పైన కూర్చున్నా. తెరలు తీశాను. కిటికీ తెరిచే ఉండింది. ఇలాంటి అందమైన జాగాను ఇన్నాళ్ళూ వదులుకున్నందుకు బాధపడ్డాను. అదెలా నాకు తెలియలేదు? మొదటి గుటక ఐస్ చల్లదనంతో గొంతులోకి ఘాటుగా

దిగింది. హాలులో వినిపిస్తున్న మంద్రమైన సంగీతం ఎదను తాకింది. అదేమో తెలియని ఆనందం. ఏకాంతం ఇంత బాగుంటుందని ఇప్పటిదాకా తెలియలేదెందుకో!

మూడు దోసెలు తిని పక్క మీద పడుకున్నాను. తను గుర్తుకొచ్చింది. పడుకునే సమయంలో ఆమె ఎక్కువగా గుర్తుకు వస్తుంది. శరీరమంతా నొప్పులు. ఇలా నొప్పిగా ఉన్నప్పుడు ఆమెను ఉసికొల్పి పైకి లాక్కుని పడుకోబెట్టుకోవడం గుర్తుకు వచ్చింది. వచ్చే నెలలో పనిమనిషి జీతంలో కోత వెయ్యకుండా ఇమ్మని ఈవిడకు చెప్పాలి. నావైపు గుర్రుగా చూస్తుంది. పనిమనిషి రాని రోజు తనెంత కష్ట పడుతుందో నాకు బాగా తెలుసు. కానీ చెపితే అర్థం చేసుకుంటుంది. మంచి మనిషి,

పది గంటలకల్లా కళ్ళు లాగుతాయి. అబ్బాయి వారంలో మూడు నాలుగు రోజులు ఎలా నైట్ షిఫ్ట్ చేస్తాడో అని అనిపించింది. ఈ ఉద్యోగం వదిలెయ్యాలని చెప్పాలి. అమెరికా వాళ్ళకి పగలు, ఇక్కడ రాత్రి. అందుకే వాడు రాత్రంతా మేలుకునుండాలి. వాళ్ళ ఉద్యోగం- వాళ్ళ బాధ్యత మరి. మరి రాత్రిళ్ళు మేలుకుని ఉండాల్సి రావడం? మరి ఒక డాలర్ విలువ డెబ్భై రుపాయలు అంటూ నోటులోని గాంధీజి నవ్వారు! అబ్బాయిని పగటి పూట పనిచేసే అవకాశం ఉందా కనుక్కోమనాలి.

శివాస్ రీగల్ ఊగింది. నిద్ర పోయాను.

కమోడ్ పైన కూర్చున్నాను. కొద్ది సేపట్లో కడుపు ఖాళీ అయ్యింది. చెప్పుకోలేని నెమ్మది. రోజూ ఉదయాన్నే ఇక్కడివి వచ్చి కూర్చుంటాను. కానీ ఈ చెప్పుకోలేని నెమ్మదిని ఇంతవరకూ అనుభవించలేదు. షవర్ కింద నుంచున్నప్పుడు పడే వేణ్ణీళ్ళు ఇంత ఎప్పుడూ హాయిగా అనిపించలేదు. సమయం లేదనుకుని సుఖాన్నిచ్చే క్షణాలను పోగొట్టుకున్నానేమో! ఇలా ఆ క్షణాలను పోగొట్టుకుని వేళా పాళా లేకుండా పనిచేస్తే ఎలా నెమ్మది అనిపిస్తుంది ?

వేడి వేడిగా తల నుండి పాదాల దాకా ప్రతి కణాన్నీ ముద్దుపెట్టుకుంటున్న పూలవాన దైహిక శ్రమను దూరం చేసింది.

ఒక రాత్రి ఈవిడ నన్ను నిద్ర లేపింది. వదులుగా కట్టుకున్న లుంగీని, బనియన్ ను విప్పింది. తనూ నగ్నమైంది. ఈ నీటి చినుకులు నన్ను తాకినట్టు నా ఒళ్ళంతా తన లేత పెదవులతో తడిపింది. నాకెందుకో బిడియంగా ఉండింది. ఇద్దరూ అలసి పోయాక నా చాతీ పైన తల ఉంచి, కళ్ళు మూసుకుని, తన వేళ్ళను నా ఎద పైని కేశాలలో ఆడిస్తుండగా అడిగాను “ఇదేమిటి ఈ రోజు?” కళ్ళు తెరిచి చిన్నగా నవ్వింది. “ఎప్పుడూ దేని వెంటో పరుగెత్తిన అలసటలో మీరు నిద్రపోతారు. ఇంటి పనుల వల్ల కలిగిన ఆయాసంతో నేను అర్ధనిద్రలోనే ఉంటాను. ఈ రోజు అబ్బాయి పొద్దువ ఆలస్యంగా వస్తానని చెప్పి వెళ్ళాడు. అందుకే ......” అంటూ రాగం తీసింది. “ఈ వయస్సులోనా?” అన్నదానికి “మనకు అంతేం వయసు దాటిందని? మీకు 52 నాకు 49 అంతే. ప్రేమ ఉన్నంతవరకూ యౌవనమే” అన్నది. ఆ రోజు ఉదయం నిద్ర లేచేదాకా బట్టల్లేకుండానే ఉన్నాము. రోజూ షవర్ క్రింద నగ్నంగానే నుంచుంటాను. కానీ ఈ రోజు నగ్నత ఆ రోజు నగ్నతను గుర్తుకు తెచ్చింది. ఎందుకో!

టివి ఆన్ చేస్తే రహదారి మొత్తం కమ్మేసిన వేలాది కాళ్ళు. భారత దేశమంతా నడుస్తున్నట్టు అనిపించింది. పొట్ట కూటి కోసం సొంత ఊరిని వదిలిపెట్టి వచ్చిన వారు, ఆకలితో తమ ఊళ్ళకు వెళుతున్నారు. వేలాది మైళ్ళు నడిచే శక్తి వాళ్ళ కాళ్ళలో ఉందా? ఇల్లు పిలిచేటప్పుడు మనస్సు దేహాన్ని మోసం చేస్తుంది! రహదారి పక్కన ఉన్న పల్లె ప్రజలు, నగరంలోని కొన్నె సేవా సంస్థలు ఆ ఆకలి కడుపులకు అన్నం, నీరు ఇచ్చారు. దారిలో తినడానికి పొట్లాలు కట్టి ఇచ్చారు. కాళ్ళకు చెప్పులు ఇచ్చారు. రాజకీయ ధురీణులు తమ పప్పులు ఉడకడానికి వేలాది ప్రజలను ఆకలికి గురిచేస్తే, ఆకలి తెలిసిన పామరులు ఆకలిని పంచుకుంటున్నారు. నా స్నేహితుడు సభ్యుడుగా ఉన్న ఒక సేవా సంస్థకు కొంచెం డబ్బు పంపాలని మొబైల్ చేతిలోకి తీసుకున్నాను.

శాంతియుతమైన ప్రపంచాన్నే కోరుకున్నాము. కానీ అది స్మశాన మౌనమవుతుందని అనుకోలేదు.

చదివే అలవాటు నాకు పెద్దగా లేకపోయినా, ఈవిడ చదువుతూ అలాగే ఉంచిన నవలను తీసుకుని ఆ ఫ్రెంచ్ కిటికీ అరుగు పైన కూర్చున్నాను. ఆ జాగాను మనసు అప్పుడప్పుడు వెతుకుతూ పోయింది. మనిషి మనిషికి ఎందుకింత ప్రేమ. మనిషి పైన ఎందుకింత ద్వేషం? ఈవిడ ఎప్పుడైనా కోపంలో ఉన్నప్పుడు "మీకయితే అందరూ మంచివాళ్ళే. అందుకే మీ అన్నయ్య మీకు రావలసిన ఆస్తి మింగేశారు." "ఎవరైనా తాను ప్రేమించిన అమ్మాయి పెళ్ళికి వెళ్ళి గిఫ్ట్ ఇచ్చి వస్తారా?" "ఆఫీసులో మీకన్నా చిన్నవాళ్ళు ప్రమోషన్ తీసుకుని పైకి వెళ్ళారు. మీరు ఉన్నారు, ఉత్త దద్దమ్మ" అంటూ పాతవన్నీ కెలుకుతుంది. అంతలోనే మళ్ళీ "పోన్లెండి. మనకెందుకవన్నీ! మీ అన్నయ్య మీకు మోసం చేసి ఏం సుఖం బాముకున్నారు? చేతికి అంది వచ్చిన కొడుకు పుటుక్కుమని పోయాడు." "మిమ్మల్ని ప్రేమించి మోసం చేసి పెళ్ళి చేసుకున్నామెకు ఇప్పటిదాకా ఒక్క నలుసైనా కలుగలేదు" "మీ ఆఫీసులో ప్రమోషన్ తీసుకుని వెళ్ళిన వాళ్లంతా మీ వద్దకేగా సలహాలకు వస్తారు!" అంటూ నన్ను బుజ్జగిస్తుంది. వీళ్ళందరి బ్రతుకులు బాగో లేవని సంతోషిస్తూందా ! నేను పైకి రాలేకపోయాను అని దుఃఖపడుతోందా? నాకు అర్థం కాదు. నేను ఎప్పుడు తెలుసుకున్నాను గనక! ఇన్ని సంవత్సరాలైనా ఎందుకు నాకివన్నీ గుర్తుకు రాలేదు!

ఆ ప్రేయసి ఈ రోజు గుర్తుకు వచ్చింది. ఆమె అందగత్తె. నేను ఆమెను ప్రేమించానని కానీ లేక ఒక మగవాడిననీ చెప్పడంలేదు. ఆమె నల్లటి దట్టమైన ఉంగరాల జుత్తులో ఆడుకోవాలని నా వ్రేళ్ళు తహతహలాడేవి. తేనె రంగు చురుకు కళ్ళు నన్ను తుమ్మెదలా ముద్దుపెట్టుకొమ్మని పిలిచేవి. నవ్వితే ఎడమ బుగ్గ పైన పడే చిన్న చొట్ట నేను దారి తప్పడానికి ప్రేరేపించేది. చేనేత చీరలో ఆమె కాలేజీకి వస్తుంటే ఆమె వైపు తిరిగి చూడని చూపులే ఉండేవి కావు. ఇద్దరి కళ్ళూ మాట్లాడుకోవడం తెలుసు. ఎవరి కళ్ళు మొదట ప్రేమను వ్యక్తం చేశాయో తెలియలేదు. కాలేజిలోని

మిగతా విద్యార్థులకు నామీద అసూయ. అందుకే నాతో ఎక్కువగా ఎవరూ మాట్లాడేవారు కారు. ఏదైనా పొందాలంటే అదృష్టంతోపాటు ధైర్యం అవసరం. అలా దొరికిన అదృష్టాన్ని దక్కించుకునే ధైర్యం నాలో లేక పోయింది. ఉద్యోగం లేనివాణ్ణి తన తండ్రి వద్దకువెళ్ళి మీ అమ్మాయిని ఇమ్మని ఎలా చెప్పను? ఒక రోజు ఆమె తన పెళ్ళి పత్రికను నా చేతిలో కుక్కి కోపంతో, ద్వేషంతో ఒక్క ఏడ్పు ఏడ్చి వెళ్ళి పోయింది. నా మనస్సు నా మాట వినలేదు. రిసెప్షన్ కు ఒక బొకేతో వెళ్ళి ఆమెకూ ఆమె భర్తకూ శుభాకాంక్షలు చెప్పి, వచ్చిందానికి గుర్తుగా ఒక ఫోటో దిగి వద్దాం అని వెళ్ళాను. తను నాకు పత్రిక ఇచ్చింది రమ్మని పిలవడానికి కాదు. ఏడ్పించడానికి. నేను వస్తానని ఊహించని ఆమె కళ్ళల్లో అంతవరకూ నెలకొన్న నవ్వు మాయమై కోపంతో కూడిన గర్వం తొంగిచూసింది. ఓరగాచూస్తూ నాకంటే అందంగా ఉన్న తన భర్తను చూపిస్తూ "ఎలా ఉన్నాడు?" అన్నట్టు కనుబొమ్మలు ఎగరేసింది. ఎవరికో చెప్పినట్టు "భోజనం చేసి వెళ్ళు" అని చెప్పిన ఆమె మాట విననట్టు ఒక విసుగుతో కూడిన చిరునవ్వును పారేసి, మంటపం గడపవరకూ వచ్చి తిరిగి చూశాను. అతిథితో మాట్లాడుతూ ఆమె నవ్విన నవ్వు, పెళ్ళి సందడినీ దాటి వేళాకోళంగా నా చెవికి వినిపించింది.

ఇంటికి వెనుదిరిగే దారిలో ఉన్న బార్లోకి వెళ్ళాను. "సార్ అప్పుడే 10.30 అయ్యింది. ఇదే ఆఖరు ఆర్డర్" అన్నాడు వెయిటర్. మూడు లార్జ్ లతో పాటు ఒక డబల్ లార్జ్ తెప్పించుకుని తాగేసి, బార్ లోని టాయ్లెట్లో ఐదు పెగ్గులలో దాచిన ఆత్రతను మూత్రంగానూ, కన్నీళ్ళగాను ప్రవహింప చేసి ఇంటికొచ్చాను.

పెళ్ళైన కొత్తలో నిజాయితీగా ఉండాలని భార్యతో నా ప్రేమ ప్రకరణాన్ని చెప్పాను. ఆమె అప్పుడేమో గంభీరంగా తీసుకోలేదు. కానీ తనకు ఏదైనా కొరత అని అనిపించినప్పుడల్లా

"ప్రేయసి పెళ్ళికి బొకే తీసుకెళ్ళిన ఆసామీ మీరొక్కరే ఉండాలి" అని ఒక మూర్ఖుడి కింద జమకట్టేది. తన భుజాలకంటే ఎత్తుగా ఎదిగిన కొడుకుతో 'డాడీ ప్రేమ

కథ' ను చెప్పి గేలి చేస్తూ నవ్వేది. అప్పుడంతా నా బాధను నవ్వుల్లో తేల్చేసేవాణ్ణి. తమాషాగా తీసుకునేవాణ్ణి. కానీ ఇవ్వాళ ఎందుకో ఈ పాత ప్రేయసి సతాయిస్తోంది. ఇన్ని రోజులు నాకు ఆమె గురించి ఆలోచించే వ్యవధే లేకుండా పోయిందా? ఆమె కూడా ఇప్పుడు నా లాగా ఒంటరిగా ఉంటోందా? మొబైల్ నంబరు ఉండుంటే కాల్ చేసి మాట్లాడే పని.

ఎందుకు?

అల్మరాలో ఉన్న పాత ఆల్బం తీసాను. కొడుకుకు పన్నెండేళ్ళు ఉన్నప్పుడు సైకల్ పై నుండి పడి కాలు విరిగింది. కట్టు కట్టించుకుని ఇంట్లో ఉన్నాడు. వాడికి నొప్పి తెలియరాదని ఆ ప్లాస్టర్ పైన డొనాల్డ్ డక్, మిక్కీ మౌస్, స్పైడర్ మాన్, బ్యాట్మాన్ లాంటి స్టిక్కర్లను అంటించి "వి లవ్ యు, మమ్మి డ్యాడి" అని వ్రాశాము. ఈమె కొడుకు కట్టుకు ముద్దు పెడుతున్న ఫోటోను చూస్తూ కళ్ళు చెమర్చాయి. వాడు ఐదు సంవత్సరాల వయసప్పుడు శేవింగ్ బ్రష్ కు క్రీం వేసుకుని చెంపలకు రాసుకోవడం, నా బూట్లలో తన చిన్ని కాళ్లను దూర్చి తప్పటడుగులు వేస్తూ నడవడం, ఇలా అనేక ఫోటోలు. నేనూ ఈమె ఆగొంబె మంచులో ఒకరినొకరు హత్తుకుని నుంచున్న ఫోటోను కాలేజి చేరిన కొడుకు చూసి "ఓ...రొమ్యాంటిక్" అన్నది గుర్తొచ్చింది. మళ్ళీ ఇప్పుడే చూడడం.

కొడుకు ఊళ్ళో లేని రోజు అశ్లీల డిస్క్ తీసుకొచ్చి ఆమెకు వేసి చూపించాను."ఛీ... అసహ్యం.. ఛూ.. సిగ్గు లేదు" అనిందే తప్ప, ఆపమనలేదు. వాలుచూపులతోనే చూస్తూ కనిపించింది. ఆ రోజు రాత్రి నాకంటే వేగంగా ఉంది. మరుసటి రోజు ఆ డిస్క్ ను మంచం పైని పరుపు కింద దాచి పెట్టినప్పుడు "వయసుకు వచ్చిన అబ్బాయి ఉన్న ఇంట్లో ఏమిటిది?" అనింది. క్రిందటి రాత్రి తను చేసి ఆర్భాటాన్ని మరచిపోయి నేనొక పోకిరి మాదిరిగా చూసింది. నాకు ఒకటే నవ్వు. ఆ రోజు ఆదివారం కాబట్టి ఇంట్లోనే ఉన్నాను. కానీ ఎక్కువగా నా కంటబడలేదు.

ఆ డిస్క్ ఇంకా ఇక్కడే ఉందా అని చూశాను. కనిపించింది. వేసి చూశాను. ఈ వయస్సులోనూ నరాలు కిర్రెక్కాయి. కామం ఉత్త దేహంలో మాత్రమే ఉండదు కదా!

నాకు స్నేహితులు తక్కువ. ఎక్కువగా ఎవరూ ఫోన్ చెయ్యరు. నేను మంచి మాటకారిని కాను. ఒకటి రెండు నిమిషాల్లో నా మాటలు వాళ్ళకు విసుకు కలిగిస్తాయి.

రోజుకు నాలుగైదు సార్లైనా ఆమె ఊరునుండి ఫోన్ వస్తుంది. "వంటంతా అవగానే గ్యాస్ ఆఫ్ చెయ్యడం మరచిపోకండి" "రోజూ ఇల్లంతా చిమ్మండి" "గీసర్ ఆఫ్ చెయ్యడం మరచిపోకండి" "టైముకు సరిగ్గా భోంచెయ్యండి" "బీపీ మాత్ర వేసుకోవడం మరచిపోకండి" "నేను ఇక్కడున్నానని చెప్పి రాత్రంతా సంగీత దర్శకుల నిద్రలు పాడు చెయ్యకండి" ఇలా ఏదో ఒకటి గొణుగుతూనే ఉంటుంది. ఆడవాళ్ళకు ప్రత్యేకమైన అధికారయుతమైన, ప్రేమపూర్వకమైన గద్దించడాలు అవి. నేను ఆఫీస్ క్యాంపులలో ఉన్నప్పుడు ఎప్పుడైనా ఇలా ఫోన్ చేసి అడిగానా అని ఒకసారి ఆలోచించాను.

ఈ రోజు తెల్లవారు జాము ఆహ్లాదంగా ఉంది. ఆ ఫ్రెంచ్ కిటికీ అరుగు పైన కూర్చున్నాను. చేతిలో పొగలు కక్కుతున్న కాఫీ. బయట పక్షుల కిలకిలారావాలు. తనకు నేనుగానే ఫోన్ చేశాను."ఇక్కడ పక్షులు కిలకిలా అంటున్నాయి. ఇంపుగా ఉంది. కిటికీ వద్ద చల్లగా ఉంది. నువ్వుంటే బావుండేది" అన్నాను.

ఉత్తర క్షణంలో అటు వైపు నుండి నవ్వుతో పాటు గద్గద స్వరం వినిపించింది.

(కౌముది ఏప్రిల్ 2021లో ప్రచురితం)

పింక్ అండ్ బ్లూ

కావేరి: నేను పుట్టింది తలకావేరిలో. కర్నాటక లోని కొడగు జిల్లాలోని అడవులు, కొండలన్నీ తిరిగి కన్నడ కవి శ్రీ శివరుద్రప్ప గారు అన్నట్టు శ్రీరంగ పట్టణంలోని "శ్రీ రంగనాథుని యోగనిద్రకు మంగళధ్వనినై" దాని చుట్టూ పెరిగిన చెరుకు తోటలకు తీపి రసాన్నందించి, శ్రీరంగం లో పవళించిన తిరువేంగడనాథునికి పాదాభిషేకం గావించి, తంజావూరు మాగాణిలకు పచ్చని చీరకప్పి, బంగారు పంటలు పండించి సాగుతాను. నా పైన తమ హక్కులను చెలాయించాలని చూసేవారికి- నేను ఎవరికీ లొంగకుండా నా దారిని నేను ఏర్పరచుకుని ఎక్కడా ఆగకుండా ప్రవహించే ఆకతాయిని అని ఎలా చెప్పను? ఇప్పుడు సాయంత్రపు సమయం. చల్లని గాలి తాకిడికి నేను చిన్నగా ఒయ్యారాలు ఒలకబోస్తాను. దూరపు వారధి స్తంభాల నడుమనుండి నన్ను తాకే సూర్యాస్తమయపు బంగారు కిరణాల తాకిడికి సిగ్గుతో ఎర్రగా అవుతున్నాను. కొందరు నాలో మునకలేస్తున్నారు. అలా తానాలాడే ఆడవాళ్ళ తడిచీరలు వారి ఒంటికి అతుక్కుపోయి, వాళ్ళ ఒంపులు శిలాబాలికల వయ్యారాలకు సరితూగినట్లు ఒడ్డున కూర్చున్న మగవారికి అనిపించి ఉండాలి. దూరంగా ఉన్న బండల పైన కొంగలు చేపల కోసం పొంచి ఉన్నాయి. అక్కడక్కడా పిల్లలు ఆ బండల పై నుండి నీట్లోకి దూకుతున్నారు. జపమాల చేతితో పట్టుకుని ఒక బ్రాహ్మడు ధ్యాన మగ్నుడై ఉన్నాడు. నా కలరవం, పక్షుల కిలకిలారవం, చల్లని గాలి, వీటికి

పరవశించి తలలూపుతున్న చెట్లు, నారింజ రంగులో కనిపించిన సూర్యాస్తమయ ఎరుపు రంగు నేపథ్యంగా పాత వంతెన వెనుక నుంచున్న కొబ్బరి చెట్లు, ఇవన్నీ ఒక అందమైన తైల వర్ణ చిత్రంగా కనిపిస్తున్నాయి. ప్రకృతి ఈ గారడి ఆత్రేయ అలసిన దేహానికీ, కల్లోలంగా ఉన్న మనస్సుకూ, నెమ్మదిగా చైతన్యాన్ని నింపుతున్నాయి. ఒడ్డున ఉన్న ఒక మెట్టుపై కూర్చుని, అనూరాధను వెతుక్కుని ఇక్కడికి వచ్చిన తన వెర్రితనాన్ని తలచుకుని నిట్టూర్చాడు.

శ్రీరంగపట్టణం : నేను మైసూరుకు దగ్గరగా, కావేరీ తీరాన ఉన్న చిన్న ఊరుని. రాజులు కట్టిన కోటలన్నీ పాడుపడి, బేలగా చూస్తున్న పాత కథలను నెమరు వేసుకుంటూ మూలుగుతున్నాను. నాలానే బేలమొహంతో ఉన్న ఆత్రేయ, తాతగారి ఇంటికి వచ్చిన తన ప్రేయసిని వెతుక్కుంటూ వచ్చి, నాలుగైదు వీధులను చుట్టినా ఆమె ఆనవాలు దొరకక నిస్పృహతో కావేరి ఒడ్డున మెట్లపైన కూర్చుని సేద తీర్చుకుంటున్నాడు.

ఒలింపియా టాకీస్ : నేను మైసూరులోని సయ్యాజి రోడ్డు దగ్గర ఉన్న ఒక టాకీసుని. ఆత్రేయ టాకీసుకు చాలా సార్లు వచ్చి ఉన్నాడు. ముందుగా అతడి బాబాయ్ తో కలిసి

'చల్తీ కా నామ్ గాడీ' చూడడానికి. తరువాత 'దోస్తీ' చూడడానికి తన ఇద్దరు, ముగ్గురు దోస్తులతో రెండు మూడు సార్లు వచ్చాడు. ఇప్పుడు 'అనుపమ' చిత్రం నడుస్తోంది. ఆత్రేయ, అనురాధ ఇక్కడికి వచ్చాక ఇద్దరూ ఒకరినొకరు చూసుకుని ఆశ్చర్యపోయారు. అనురాధ తన తలిదండ్రులు, తమ్ముడి, చెల్లెలితో సాయంత్రం షోకి వచ్చింది. ఆత్రేయ తన స్నేహితులతో. సినిమా నాయకి శర్మిలా టాగోర్ పైన తనకు కలిగిన క్రష్ వలన, నవ్వినప్పుడు ఆమె చెంపపైన పడే చొట్టలో పడ్డవాడు ఇంకా తేరుకోలేదు. సినిమా అంతా నాయకి మౌనంగా ఉంటుంది. ఆమె కళ్ళు మాత్రమే మాట్లాడతాయి. ఆమె నడుమువద్దకు వచ్చే చీర అంచును లాగి ఎడమ వైపు దోపుకునే వైఖరి, ఆ కాలం అమ్మాయిల్లో పాపులర్ అయ్యింది. తెలుగు తారలు కూడా ఆ

పద్ధతిని అనుకరించారు. ఆత్రేయ కూర్చున్న ముందు వరసలోనే అనురాధ కూర్చుంది. అప్పుడప్పుడు వెనక తిరిగి చూసింది. అందరి మధ్య ఉన్నాడనేమో మాట్లాడలేదు. సినిమా అయిపోయినాక కూడా అక్కడి వాతావరణం మౌనంగానే ఉంది.

కరిష్మ రెస్టారెంట్ : నేను మహారాణి కాలేజ్ దగ్గర దిగి యాదవగిరికి వెళ్ళే ఎడమ మలుపు పైనున్న రైల్వే అండర్ బ్రిడ్జ్ దాటితే కుడి వైపు ఒక చిన్న దిబ్బ పైనున్న అందమైన రెస్టారెంట్ ని. అనురాధ, ఆత్రేయ కాఫీ త్రాగుతూ అనుపమ సినిమా గురించి మాట్లాడుకుంటున్నారు. అకస్మాత్తుగా టాకీసులో తారసిల్లి, మాట్లాడుకోలేకపోయిన మనస్సులోని వెలితిని ఇద్దరూ వ్యక్తపరచుకున్నారు. కాఫీ త్రాగి లేచినప్పుడు ఆత్రేయ గమనించాడు అనుపమ చిత్రంలోని శర్మిలా మాదిరిగానే అనురాధ కూడా చీర కట్టిందని. అతడి కళ్లలో కనిపించిన అల్లరి మెప్పుకు ఆమె ఒక చిన్న నవ్వు విసిరి తన సంతసాన్ని తెలిపింది.

సరోజ : ఆత్రేయ, అనురాధల పరిచయం జరిగింది ఇటీవలే. ఆత్రేయ మా ఎదురింట్లో నివసించే కుర్రాడు. నా స్నేహితుడు. అనురాధ నా క్లాస్ మేట్. మేమిద్దరం మహారాణి కాలేజ్ లో చదువుతున్నాం. అనురాధ అప్పుడప్పుడు మా ఇంటికి వచ్చేది. ఆత్రేయ ఆమెను మొదటిసారిగా చూసింది మా ఇంట్లోనే. అతడి చూపుల్లోనే తెలిసిపోయింది అనురాధ అంటే ఇష్టపడుతున్నాడని. పరిచయం చేసుకోవాలని ఆరాటపడ్డాడు. ఒకసారి నన్ను అడిగాడు. నేను “వద్దులే. నువ్వత్త అల్లరివాడివి” అన్నాను. ఒకసారి అనురాధను పరిచయం చేసుకోవడానికే మా ఇంటికి రావడం గమనించి నేను రూమునుండి బయటకు వచ్చాను. “ఏమిటి ఇవ్వాళప్పుడు వచ్చావ్?” అని అడిగాను. వాడు డైరక్టుగా “నీ ఫ్రెండుని పరిచయం చెయ్యి” అన్నాడు. నేను పళ్ళు బిగపట్టుకుని నవ్వుతూ “వెళ్ళు. పోకిరోడా” అన్నాను. సిగ్గుపడ్డాడు.అనురాధ వైపు చూశాను. మొహం ఎర్రబడి ఉంది. నవ్వుతోంది. మొహంలో కించిత్తు గర్వం. “వీడు ఆత్రేయ. మహారాజ కాలేజిలో బి.ఎ. ఫైనల్

చదువుతున్నాడు” అని చెప్పాను. అలాగే “అనురాధ. నా క్లోజ్ ఫ్రెండ్. నాతో పాటు బి.ఎస్సి. ఫస్ట్ ఇయర్లో ఉంది” అంటూ అనురాధను ఆత్రేయకు పరిచయం చేశాను. ఇలా జరిగిన వారిద్దరి పరిచయం తరువాత కలుసుకున్నప్పుడల్లా ఒక చిరునవ్వుతో కొనసాగింది. తరువాత హలో దాకా వెళ్ళింది. ఇద్దరూ ఎక్కువగా మాట్లాడుకోకపోయినా ఇద్దరికీ పరస్పర స్నేహం కావాలనుకున్నారు అని వారిద్దరి మొహాలు చూస్తే ఎవరికైనా అర్థమయ్యేది. ఆత్రేయ అయితే అనురాధ మా ఇంటికి రావడాన్నే ఎదురు చూసేవాడు. అనురాధ కూడా మా ఇంటికి వచ్చేటప్పుడు ముందుగా వాళ్ళ ఇంటి వైపోసారి కన్నేసి, తరువాత మా ఇంటి గొళ్ళాన్ని చప్పుడు చేసేది. ఒక రోజు అనురాధ మా ఇంటి తలుపు తట్టడాన్ని తన ఇంటి హాలు నుండి చూశాడు ఆత్రేయ. ఆ రోజు అనురాధ హృదయం రెక్కలు కట్టుకుని ఎగిరి ఉంటుంది. ఆమె కళ్ళలోని నవ్వు దాన్ని ప్రతిఫలించింది. ఇలా ప్రారంభమైన వారి స్నేహం, కొన్ని సార్లు నాకు కనపడకుండా కలుసుకోవడం దాకా వచ్చింది. చాలా రోజుల దాకా వీళ్ళు ఇలా నాకు తెలియకుండా కలుసుకుంటున్నారని నాకు తెలీదు. అనురాధ కూడా అవసరం కంటే ఎక్కువగా మా ఇంట్లో గడపడం చూసి నాకు అనుమానం కలిగింది. నేను ఒక రోజు వాడితో “ఏంట్రా అత్రీ! అనురాధను ప్రేమిస్తున్నావా?” అని నేరుగా అడిగేశాను. “లేదే. ఉత్త ఫ్రెండ్ షిప్ అంతే” అన్నాడు.

“నేనున్నాను కదరా నీకు ఫ్రెండ్ ని” అన్నాను. నా ప్రశ్నలో కొంత అసూయ కూడా కనిపించినట్టయింది. “వదిలెయ్యి. తను ఇంకోరకమైన ఫ్రెండ్” అన్నాడు. “అంటే...” అని రెట్టించాను. “అంటే....ఇంకోరకమే.. అంతే” అంటూ నా వీపుమీద చిన్నగా గుద్దాడు.

“అంతా అర్థమవుతోందిలే. జాగ్రత్త. వాళ్ళ నాన్న పేరుమోసిన క్రిమినల్ లాయర్” అన్నాను.

జమైకా పెప్పర్ చెట్టు: ఆత్రేయకు అనురాధ గుర్తుకొచ్చినప్పుడల్లా, చూసినప్పుడల్లా నా సుగంధం గుర్తుకొస్తుందట. దక్షిణ మెక్సికో నుండి ఇక్కడికి వచ్చి

ఉష్ణ ప్రదేశాల్లో పాతుకు పోయాను నేను. చెక్క, లవంగం, జాజికాయి, ఏలక్కులు, మిరియాల కలయికలతో కూడిన పరిమళంతో నేను ఔషధాల్లోకి కూడా ఉపయోగ పడతాను. బహుశా అనురాధ ఉష్ణ శరీరం నుండి కూడా ఇలాంటి పరిమళమే వస్తుండాలి. నా పరిమళాన్ని ఒకసారి ఆస్వాదించినవాడు మళ్ళీ జన్మలో మరవలేడు. ప్రేమించే ప్రతి మగాడూ తన ప్రేయసిలో ఇలాంటి పరిమళాన్ని ఆశిస్తాడు. ఈ మానవులకు సుగంధం పట్ల అంతెందుకు పట్టింపో అదీగాక తమ మనస్సుకనుగుణంగా దానిని ఇతరుల నుండి ఎందుకు ఆశిస్తారో నాకైతే అర్థం కాదు. మా వనకులంలో ఒక్కో చెట్టుకూ ఒక్కో సుగంధం ఉంటుంది. అలా అని ఇతర చెట్ల వాసన గురించి పట్టించుకోము. కానీ ఈ మనుషులు అలా కాదు. వారికి మరొక్కరి ఒంటి వాసన మత్తెక్కిస్తుంది. అదీ ఆపోజిట్ సెక్స్ వాళ్ళదైతే మరీనూ.

అనురాధ : ఆత్రేయ పరిచయమవ్వడం మీకందరికీ తెలిసిందే. సరోజ చెప్పే ఉంటుంది. అతడి ఎత్తైన సన్నటి పర్సనాలిటి, పొడుగాటి ముక్కు, పెద్ద చెవులు, చిరునవ్వు మొదటి చూపులోనే నన్ను ఆకట్టుకున్నాయి. ఎ టాల్ డార్క్ హాండ్సమ్ గై అని ఇంగ్లీష్ నవలల్లో వర్ణించే హీరోలకు లాగా. అతడు నన్ను చూస్తుంటే నా ఒంట్లోనూ, మనస్సులోనూ వేల పూలు వికసించినట్టనిపించేది. నా ఒంటి నుండి అదో రకమైన మత్తైన పరిమళం విరజిమ్మేది. అతడు నన్ను చూసేటప్పుడు ఏదో సుగంధాన్ని పీలుస్తున్నట్టు గట్టిగా ఊపిరి పీల్చేవాడు. నా చిరునవ్వు కోసం కాచుకునేవాడు. అప్పుడతడి కంట్లో కనిపించే మెరుపు నా చూపును మసక బార్చేది. “నువ్వు గుర్తుకొచ్చినప్పుడు, చూసేటప్పుడు నాకు జమైకన్ పెప్పర్ చెట్టు గుర్తుకొస్తుంది” అనేవాడు. అప్పుడు నన్ను ఆ చెట్ల తోట ఆవరించినట్టనిపించేది. సరోజకు తెలియకుండా మేమిద్దరం అప్పుడప్పుడు కరిష్మ రెస్టారెంటుకు వెళ్ళేవాళ్ళం. అక్కడ కట్లెట్ ఆర్డర్ చేసేవాడు. నేను చాకు, ఫోర్కులతో కట్లెట్ తో చేసే సామును చూసి నవ్వేవాడు. నాకు సిగ్గుగా ఉండేది. కట్లెట్టును ఫోర్కుతో పట్టుకుని, చాకుతో ఒక

ముక్క కోసి ఫోర్కుతో దాన్ని నాజూకుగా నోట్లో పెట్టుకోవాలని నేర్పించాడు. ఒకటికి రెండు సార్లు అలా చేసేసరికి నాకు అలవాటయింది.

ఆత్రేయ: నేను అనురాధను చూసింది సరోజ ఇంట్లో. చూసిన రోజే పడిపోయాను. తన విశాల నేత్రాల చూపు ఇప్పటికీ నా మనస్సులో ఉంది. దువ్వెన పళ్ళకి లొంగని ఉంగరాల జుత్తు, ఎడమ కంటి క్రింద ఉన్న చిన్న పుట్టుమచ్చ, సగటు ఎత్తు, లేత పసుపుపచ్చ ఒంటి రంగు, ఒంటి నుండి వచ్చే కమ్మని పరిమళం ఇలా అనేక విషయాలకు నేను ఫిదా అయిపోయాను. తరువాత మా ఇద్దరి స్నేహం, కలుసుకోవడం ఎప్పుడు ప్రేమ వైపు మళ్ళిందో తెలీదు. ఇలా రెండు సంవత్సరాలు గడచిపోయాయి.నేను బి.ఎ ముగించి ఇంగ్లీషులో ఎం.ఎ చేరాను. తను మిగిలిన రెండు సంవత్సరాలు బి.ఎస్సి ముగించి ముందు చదవకుండా ఇంట్లోనే ఉండిపోయింది. ఇప్పుడు తను ఇంట్లోంచి బయటికి రావడమే అరుదయ్యింది. మేము కలుసుకోవడం కూడా అలాగే అరుదయ్యింది.. వాళ్ళింట్లో తనకు పెళ్ళి చెయ్యాలనుకుంటున్నారని సరోజ చెప్పింది. చెయ్యిజారి పోక ముందే నేను తనను పెళ్ళిచేసుకోవాలనే నా నిర్ణయాన్ని తెలిపెయ్యాలని అనుకున్నాను.శ్రీరంగపట్టణంలోని తన అమ్మమ్మ ఇంటికి వచ్చిన ఆమెను వెతుక్కుంటూ వచ్చాను. ఇప్పటిలా అప్పుడు ఫోన్లు లేవు. ఒక్కరికొక్కరు కమ్యునికేట్ చేసుకోవాలంటే కష్టంగా ఉండేది. మాకున్న స్నేహితులే గతి. శ్రీరంగపట్టణం ఒక చిన్న ఊరు. ఉన్నవి ఐదు వీధులే. వెతకడమంత కష్టమేం కాదు అనుకుంటూ అన్ని వీధులూ తిరిగాను. ఎక్కడా కనిపించలేదు. ఏం చెయ్యాలో తోచక ఇప్పుడు కావేరి నది ఒడ్డునున్న మెట్ల పైన కూర్చున్నాను.

పింక్ అండ్ బ్లూ : మేము పింక్ అండ్ బ్లూ లెటర్ ప్యాడ్లు, కవర్లు. ఆత్రేయ, అనురాధ అప్పుడప్పుడు కలుసుకుంటున్నా ఒకరికొకరు ఉత్తరాలు రాసుకునేవారు. అనురాధ పింక్ రంగు కాయితం పైన ఉత్తరం వ్రాసి అదే రంగు కవర్లో ఆత్రేయకిచ్చేది. ఆత్రేయ నీలం రంగు ఉపయోగించేవాడు. ఆత్రేయ మొదట అనురాధ అని సంబోధించి రాసేవాడు, తరువాత

అది కాస్త ’ అనుమా’ అయ్యింది. ఎందుకలాగా అని అనురాధ అడిగినదానికి “మా అమ్మ ఇంట్లో విశేషంగా ఏమైనా చేస్తే నాకు కొద్దిగా ఎక్కువే పెట్టేది. నువ్వు కూడా అప్పుడప్పుడు మీ ఇంట్లో చేసిన పిండివంటల్ని డబ్బాలో వేసి తీసుకొస్తావుగా. అప్పుడంతా నాకు మా అమ్మ గుర్తుకొస్తుంది. ఆ వాత్సల్యాన్ని గుర్తుకు తెచ్చుకుంటూ నిన్ను అనుమా అని పిలవాలనిపించింది” అన్నాడు. అలాగే కొనసాగిస్తూ “పెళ్ళి చేసుకున్నాక కూడానిన్ను అనుమా అనే పిలుస్తాను” అన్నాడు. అనురాధకి లోలోపలే గర్వంగా అనిపించినా ఎందుకో ఇది పిల్లతనం అనిపించింది. అతడు అప్పుడప్పుడు తన ఉత్తరపు మడతల్లో గులాబి రేకులను వేసి యుడికొలోన్ చల్లి ఇచ్చేవాడు. అప్పుడామె షాంపేన్ కార్కును తీయగానే వచ్చే శబ్దంతోపాటు వచ్చే నురగలా నవ్వేది. అలా నవ్వేటప్పుడు ఆమె కళ్ళు చెమర్చేవి. ఆత్రేయ మైమరచి చూస్తుండేవాడు.

సరోజ : ఒక రోజు మా ఇంట్లో నేనొక్కతెనే ఉన్నాను. అప్పుడు అనురాధ వచ్చి తనకు ఆత్రేయను చూడాలని ఉందని అనింది. నేను అతడి ఇంటికి వెళ్ళి మా ఇంటికి రమ్మన్నాను. వచ్చినవాడు అనురాధను మౌనంగా చూస్తూ నుంచున్నాడు. ఇద్దరి కళ్ళల్లోనూ నీళ్ళు. అనురాధ చేతిలో పెళ్ళి పత్రిక కనిపించింది. దాన్ని ఆత్రేయకు చూపించింది. ”మా ఇంట్లో చాలా ఆచారవంతులు. మా జాతి వాళ్ళను కాదని పెళ్ళికి ఒప్పుకోరు. అందుకే మన ప్రేమ గురించి చెప్పలేకపోయాను. .....” అంటూ ఇంకా ఏమో చెప్తోంది. ఆత్రేయ మౌనంగా ఉన్నాడు. అతడి చదువు ఇంకా పూర్తవలేదు. ఉద్యోగం లేదు. అతడి ఇంట్లో కూడా ఇలాంటి వివాహానికి ఒప్పుకోరు. ఇద్దరి ఇంటి పరిస్థితులూ ఇలా ఉన్నప్పుడు వీరిద్దరూ మరి ఎందుకు ప్రేమించుకున్నారు? నా పిచ్చిగానీ, ఇవన్నీ చూసే ప్రేమ పుట్టుకొస్తుందా ఏమిటి? అదొక అడవి రెల్లు. ఎక్కడైనా పుడుతుంది, ఎదుగుతుంది.

ఆత్రేయ : అనురాధ ఇచ్చిన పెళ్ళి పత్రికను తీసి చూశాను. తను పెళ్ళి చేసుకోబోయేది ఢిల్లోలో కేంద్ర ప్రభుత్వ హోం మినిస్ట్రీలో పెద్ద హోదాలో ఉన్న అబ్బాయిని అని తెలిసింది. తన తల్లి దూరపు కజిన్ అట. సుమారు పది, పన్నెండు

సంవత్సరాలు పెద్దట. నేను కూలబడిపోయాను. అలాగే అక్కడున్నకుర్చీలో కూర్చున్నాను. సరోజ లోపలినుండి ఒక టవల్ తెచ్చి నా మొహం తుడిచి మంచినీళ్ళిచ్చింది. ఎదుట కుర్చీలో అనురాధ ఏడుస్తూ కూర్చుంది. అక్కడొక గాఢమైన మౌనం ఆవరించింది. దాన్ని దాటి మాట్లాడే ధైర్యం ఎవరికీ లేకపోయింది. నా మనస్సులో వేల ఆలోచనలు. ఎక్కడికైనా పారిపోయి పెళ్ళిచేసుకుంటే? ఒక్క ఏగానీ సంపాదన లేకుండా ఎక్కడికని పారిపోవడం? కడుపు పైన చల్లటి గుడ్డ వేసుకుని వెచ్చని సంసారం చెయ్యడానికి వీలుందా? పెద్ద సంపాదనాపరుడిని పెళ్ళి చేసుకుంటోంది.. హాయిగా ఉండనీ.. అనే గొడ్డు త్యాగం చేయడం లేదు. నేనొక స్థానాన్ని సంపాదించుకుని పెళ్ళాడతానని అన్నాను. అక్కడి దాకా వెయిట్ చేస్తుందని అనుకున్నాను. కానీ అది తన చేత కాదు అనే వాస్తవికతను నా నెత్తి మీద మొట్టి నన్ను కూలబడేట్టు చేసింది.

అనురాధ: నాకు ముందే తెలుసు. ఆత్రేయ అలా కూలబడిపోతాడని. నేను మా ఇంట్లో ఈ పెళ్ళి నాకు వద్దు అని గొడవ చేసింది అతడికెలా చెప్పను? అతడితో లేచిపోయి ఎలా పెళ్ళి చేసుకోను? మా నాన్న ఊళ్ళోనే పేరుమోసిన క్రిమినల్ లాయర్. ఆయనకు ఇలాంటి సమస్యలను ఎలా నిభాయించాలో బాగా తెలుసు. మా అమ్మ ఆత్మహత్య బెదిరింపు నన్ను ఏ సాహసాన్నీ చేయడానికి ధైర్యం లేకుండా చేసింది. నేనలా ఇంట్లోంచి పారిపోయి పెళ్ళి చేసుకుంటే నా తమ్ముళ్ళ, చెల్లెళ్ళ గతి ఏం కాను? పెద్ద హోదాలో ఉన్న స్ఫురద్రూపి మొగుడు, విలాసవంతమైన జీవితం నా కళ్ళ ముందు నర్తిస్తూ, క్షణికమైన ఈ ప్రేమకు ఏ విలువా లేదంటూ నన్ను స్వార్థిని చేస్తున్నాయా? తెలియదు. కానీ ఒక విషయం. వాస్తవికత ముందు ఊహా జీవితపు విలువ ఎంత? కదూ?

సమయం: నన్ను సరిగ్గా లెక్కపెట్టుకున్న వారు ఎవ్వరూ లేరు. నాకు ఒక కొలత, కొలబద్ద ఉండవచ్చు. కానీ నేను ఎప్పుడు ఎలా ప్రవర్తిస్తానో ఎవరికీ తెలియదు. నాకు కూడా. అందరి బాధనూ, దుఃఖాన్నీ పూర్తిగా మరచిపోయేట్లు చేయకపోయినా,

కాలక్రమేణ మసకబారేట్లు మాత్రం చేయగలను. 'నేను అంతా మరచిపోయాను, బాధనంతా మింగేశాను, నన్ను హింసించే ఏ జ్ఞాపకమూ ఇప్పుడు నాలో లేదు' అంటూ గొప్పలు చెప్పుకుని తిరిగే ముసుగు మనుషుల గాయాలను కెలికి మళ్ళీ బాధపడేటట్టు చేయగలను. అలాగే ఆత్రేయ, అనురాధలు వాస్తవాన్ని అంగీకరించి తమ తమ జీవితాలను కొనసాగించినా, అప్పుడప్పుడు చెప్పులోని రాయి, చెవిలోని జోరీగ, కంటిలోని నలుసు, కాలిలోని ముల్లులాగా హింసిస్తూనే ఉన్నాను. ఇలా చెయ్యడం నాకిష్టమని కాదు. కానీ ఇది నాకు జన్మతః వచ్చిన గుణం. అప్పుడప్పుడు ఆత్రేయకు జమైకా పెప్పర్ చెట్టు సుగంధాన్ని, అనురాధకు యుడికొలోన్, గులాబీల పరిమళాన్ని గుర్తుకు తెచ్చి బాధపెట్టేదాన్ని. ఇలా సుమారు రెండు దశాబ్దాలు గడిచాయి. వాళ్ళిద్దరి మధ్య ఎలాంటి సంబంధమూ లేదు. ఇదే నా ఆట.

సరోజ: నేను ఇప్పుడు ఇదే ఊళ్ళో మా చుట్టాలబ్బాయిని పెళ్ళి చేసుకుని, ఇక్కడే ఒక ప్రైవేటు కాలేజిలో లెక్చరర్ గా పనిచేస్తున్నాను. మా ఆయన ఇదే ఉళ్ళోని ఒక ఫ్యాక్టరీలో ఇంజనియర్. ఆత్రేయకు కూడా పెళ్ళైంది. అతను ఇంగ్లీషులో ఎం.ఎ చేసి తరువాత పి.హెచ్ డి చేసి ఇక్కడి యూనివర్సిటీలో అసోసియేట్ ప్రొఫెసర్ గా ఉంటున్నాడు. అతడి భార్య కూడా ఒక ప్రైవేట్ కాలేజిలో లెక్చరర్. పెళ్ళైన కొత్తలో అనురాధ పుట్టింటికి వచ్చినప్పుడు నన్ను కలుస్తూ ఉండేది. కానీ కాలక్రమేణ ఆమె గురించిన వార్తలేమీ నాకు తెలియవు. మొదట్లో ఆత్రేయను గురించి అడుగుతూ ఉండేది. తరువాత మానేసింది. నేను ఒకసారి "అతణ్ణి కలుస్తావా" అన్నదానికి వద్దని నిరాకరించింది. అను ఇలా సంవత్సరానికో సారి వచ్చిపోయే సమాచారం ఆత్రేయకు చెప్పేదాన్ని. ప్రారంభంలో చాలా ఉత్సాహంగా వినేవాడు. కానీ కొన్నేళ్ళ తరువాత అతడి ఆసక్తి తగ్గడం చూసి నేనే ఏమీ చెప్పేదాన్నికాదు. మేమిద్దరం కలవడం కూడా తగ్గిపోయింది. ఇలా సుమారు ఇరవై సంవత్సరాలు గడచిపోయాయి. ఒకసారి అను అకస్మాత్తుగా ఇంటికి వచ్చింది. మాటల మధ్యలో "నేను ఇక్కడ ఒక వారం ఉంటున్నాను. ఆత్రేయను కలవాలి" అంది. నాకు ఆశ్చర్యం వేసింది. "ఇదేమిటే

ఇలా?" అన్నదానికి "అదేం లేదు. చాలా ఏళ్ళయ్యాయి కదా. ఒకసారి చూడాలి అనిపిస్తోంది" అంది. సరే. అతడికి చెప్తాను" అన్నాను.

ఆత్రేయ: ఆ రోజు తరగతులన్నీ ముగించి నా ఛాంబర్ లో కూర్చున్నాను. అక్కడే దగ్గరి కాలేజిలో పని చేస్తున్న సరోజ వచ్చింది. అప్పుడప్పుడు ఇలా వచ్చేది. కొంచెం సేపు కూర్చుని కబుర్లు చెప్పి వెళ్ళేది. అప్పుడు అనురాధ గురించి చెప్పేది. ఈ మధ్య ఆ కబుర్లు మానేసింది. నేను కూడా అను గురించి అడగడం మానేశాను. ఈ సారి వచ్చినప్పుడు టీ తెప్పించాను. త్రాగుతూ చెప్పింది "అను వచ్చింది" అని. నేనేం మాట్లాడలేదు. "నిన్ను కలవాలట. ఊరికి దూరంగా ఉన్న లలిత్ మహల్ ప్యాలెస్ హోటల్లోని కాఫీ షాప్ కు నిన్ను పొద్దున పది గంటలకు రమ్మంది" అనింది.

అనురాధ: సరోజ మా ఇంటికి ఫోన్ చేసి "ఆత్రేయ పొద్దున 10 గంటలకు నువ్వు చెప్పిన ప్లేస్ లో కలుస్తాడట" అని చెప్పింది. నాకు నమ్మకం కలగలేదు. ఇరవై సంవత్సరాలుగా మేం మాట్లాడుకోలేదు. ఇప్పుడు నేను పిలవగానే వస్తానన్నాడట. అంటే ఇంకా నా పట్ల స్నేహం, విశ్వాసం ఉన్నాయా? ప్రేమ కూడా ఉండచ్చా? మనస్సెందుకు ఎలా పిచ్చి పిచ్చిగా ప్రవర్తిస్తోంది? మనసన్నాక అంతే కదా! నాకు ఇంకా అతని పైన ప్రేమ ఉందా? ఖచ్చితంగా చెప్పలేను. ఆరోజు నేనతన్నిపెళ్ళి చేసుకోవడం లేదు అన్నప్పుడు ఎంత బాధపడ్డాడు? నాక్కూడా అయ్యో అనిపించింది. కానీ, నా మనసు ఆ రోజు ఎందుకనో కాస్త గట్టిగా ఉండింది. అందుకే నాకు కలిగిన బాధను నేను బయట పెట్టలేదు. నా గురించి ఏమనుకున్నాడో మరి? నా పైన కోపంగా ఉన్నాడేమో? ఉండదు. ఉండుంటే రావడానికి ఒప్పుకునేవాడు కాదు. మంచివాడు.

లలిత్ మహల్ ప్యాలెస్: నేను మైసూర్ ఒడెయర్ రాజుల కాలపు అంతఃపురాలలో ఒకదాన్ని. మైసూర్ నగరంనుండి కొంచం దూరంగా ఉన్నాను. అప్పుడప్పుడు రాజులు, ప్రముఖ వ్యక్తులు ఇక్కడ ఒడెయర్ గారి అతిథులుగా వచ్చేవారు. వారి వైభవమంతా ముగిసిన తరువాత ఇక మిగిలింది ఈ రాతి కట్టడాలే. కానీ

అందమైనదాన్ని. ఇప్పుడు నేను పంచతారా హోటల్ని. ఈ రోజు నా వద్ద ఇద్దరు స్నేహితులు ఇరవై సంవత్సరాల తరువాత కలుసుకుంటున్నారు. వారు నాకు ప్రత్యేక అభ్యాగతులు. వారి కలయికకు నేను కూడా కాచుకున్నాను. నా అందాన్నిచూసి వాళ్ళు ముచ్చటపడవచ్చా? లేదా వాళ్ళ కలయిక సుందర క్షణాల్లో మునిగిపోయి నన్ను మరచిపోతారా?

ఒక అందమైన అమ్మాయి గంభీరంగా నడుస్తూ వచ్చి ఒక మూల కుర్చీలో కాలు మీద కాలు వేసుకుని కూర్చుంది. ఈమే అనురాధ అయి ఉండాలి. ఆమె కట్టుకున్న డిజైనర్ చీర నా గోడలపైన ఉన్న ఒక తైల చిత్రంలా అనిపించింది. ముక్కుకున్న వజ్రాల ముక్కర

పైకప్పుకున్న షాండెలియర్ ని మసక బారుస్తుందేమో అనిపించింది. ఆమె ఉంగరాల జుట్టు నుండి అక్కడక్కడ తొంగిచూస్తున్న ఒకటి రెండు వెండి వెంట్రుకలు ఆమె గాంభీర్యాన్ని పెంచాయి. ఇప్పుడీమెను చూసిన ఆత్రేయ అనబడే అతడు అప్పటికంటే ఇప్పుడే ఎక్కువగా ఇష్టపడినా ఆశ్చర్యపోనక్కరలేదు.

ఆమె వచ్చి కూర్చోగానే మా వెయిటర్ ఆమె టేబల్ వద్దకు వెళ్ళి “గుడ్ మార్నింగ్ మేడమ్” చెప్పి ఆర్డర్ గురించి అడగగానే “కెన్ యు గివ్ మి అ ఫ్యూ మినిట్స్! ఐ యామ్ వెయిటింగ్ ఫర్ ఎ ఫ్రెండ్” అన్నప్పుడు అక్కడి లౌంజ్ మ్యూజిక్ లో డ్యూక్ వెల్లింగ్టన్ జాస్ సంగీతం వినబడుతోంది. ఆమె నిరీక్షణలో కొంత ఆత్రత కనిపించినా అది అందంగానే ఉంది. ఈ అమ్మాయి ఏం చేసినా ఎందుకో అందంగానే కనబడుతుంది. ఎందుకలాగ అనుకుంటున్నప్పుడే దూరంగా ఎవరో నడచి వస్తున్న బూట్ల శబ్దం. ఎత్తైన ఒక ఆకారం చేతులూపుకుంటూ ఆమె వైపు రాసాగింది. అతడు దగ్గరకు రాగానే ఆమె లేచి నిలబడి

"అత్రీ" అంటూ చెయ్యి అందించింది. అతడు కూడా చేతిని చాపి "అనురాధ" అన్నప్పుడు ఆమె మొహం కొద్దిగా పేలవంగా అయిందని అనిపించి అతడు "కూర్చో అను" అనగానే ఆమె పెదాలు విచ్చుకున్నాయి.

ఇద్దరూ కూర్చున్నారు. చాలా సేపు మౌనం రాజ్యమేలింది.

మౌనాన్ని ఛేదించింది మా వెయిటర్.

"గుడ్ మార్నింగ్ సర్, మేడం వాస్ వెయిటింగ్ ఫర్ యు" అంటూ నవ్వుతూ "వాట్ కెన్ ఐ సర్వ్ యు సర్" అనగానే ఆత్రేయ అనురాధ మొహానికేసి చూశాడు.

అనురాధ "కాఫీ" అనగానే,

ఆత్రేయ "టూ కాఫీ అండ్ సం బిస్కట్స్" అన్నాడు.

"థ్యాంక్యూ సర్" అంటూ వెయిటర్ నిష్క్రమించాడు.

మళ్ళీ పొడుగాటి మౌనం.

సుమారు ఇరవై సంవత్సరాల మౌనపు బరువును అంత త్వరగా ఎవరు దించుతారు?

అను: "అప్పటికంటే ఇప్పుడు బాగున్నావు" ఎక్కడినుండైనా మాటలు మొదలవాలి కదా!

ఆత్రేయ: "నువ్వు ఇంకా అందంగా ఉన్నావు. కాకపోతే కొద్దిగా లావయ్యావు". అతడు కూడా ఏమైనా మాట్లాడాలి కదా !

అను: "లావుగా అయ్యి అసహ్యంగా ఉన్నానా?" – ఆడవాళ్ళకి ఎప్పుడూ తమ అందం గురించిన బెంగ. అది కూడా పాత ప్రేమికుడి ఎదుట ఇంకాస్త ఎక్కువే. ఆత్రేయ: "అలా కాదు! ప్లెజెంట్లీ ప్లంప్" అన్నాడు. మగవాడికి సదా ఆడదాన్ని మెచ్చుకోవడం అలవాటు. అదీ కాక పాత ప్రేయసి మళ్ళీ రమ్మన్నప్పుడు కొంచెం ఎక్కువగానే మెచ్చుకుంటాడు.

సంభాషణ సరైన దిశగా సాగడం లేదని ఇద్దరికీ తెలుసు.

ఇద్దరూ ఒకరి మొహాన్ని ఒకరు చూసుకుని వ్యర్థపు నవ్వు నవ్వుకోసాగారు.

వెయిటర్ కాఫీ, బిస్కట్స్ తెచ్చి పెట్టాడు.

పాట్ లోని కాఫీని రెండూ కప్పులకు పోసి, అను కప్పుకు పాలు కలుపుతూ "ఓకేనా" అని అడిగి "షుగర్ ఎంత?" అన్నాడు. ఆమె "రెండు" అంది.

తన కప్పుకు కూడా పాలు, చక్కెర వేసుకుని దాన్ని స్పూన్ తో కలుపుతూ "ఇప్పుడు కాఫీ అలవాటయి పోయిందా?" అన్నాడు.

"అవును. టీ తాగేదానికి కాఫి అలవాటు చేసింది నువ్వేగా " అంటూ పాత చనువుతో కూడిన మాటలు ప్రారంభించింది అనురాధ.

"ఎలా ఉన్నావు? భార్య, పిల్లలు?" అంది.

"బాగున్నాను. తను కూడా బాగుంది. ఒక అబ్బాయి, ఒక అమ్మాయి"

"మరి నువ్వు, భర్త, పిల్లలు?" అడిగాడు.

"ఆ! బాగానే ఉన్నాం మేమిద్దరూ" అంది.

"పిల్లలు?" అడిగాడు.

"నువ్వొక్కడివే నన్ను అనుమా అని పిలిచింది. తరువాత అమ్మా అని పిలవడానికి ఇంకా ఎవరూ లేరు." కళ్ళలో తడి. కొనసాగిస్తూ "అన్ని రకాల చికిత్సలూ చేయించాము. అన్ని దేవుళ్ళకూ దణ్ణాలు పెట్టుకోవడం కూడా అయింది. ఆయనలోనే ఏదో లోపమట. ఈ జన్మకు ఆ భాగ్యం లేదనిపిస్తుంది" అంటూనే వెక్కింది.

ఆత్రేయకు ఆమెను ఎలా సముదాయించాలో అర్థం కాలేదు. మౌనంగానే కూర్చున్నాడు.

ఆమె కాఫీని గుటకరిస్తూ త్రాగుతోంది.

ఏదో చెప్పాలనే ఆతురత, మొహమాటం ఆమె మొహంలో కనిపించాయి.

"నలభై ఏళ్ళు నిండాయి. ఇంకెక్కడి సంతానం? ఇప్పుడు మెడికల్ ఫీల్డ్ లో కొత్త పద్ధతులు వచ్చాయని తెలుసు. ఆయన కూడా ఒప్పుకున్నారు. కానీ నాకు వేరే ఎవరినుండో సంతానం కలగడం ఇష్టం లేదు. నువ్వు ఒప్పుకుంటావా?" అంటూ వేడుకోలుగా పలికింది. ఆ వేడుకోలులో చనువు, నమ్మకం, భరోసా, స్నేహం కనిపించాయి.

ఆత్రేయ దీన్ని నిరీక్షించలేదు. ఒక రెండు నిమిషాలు షాక్ కొట్టినట్టు కూర్చుండి పోయాడు. మెల్లగా ఆమె చేతిని మెత్తగా అదిమాడు.

నేను కూడా మీ లాగే ఆత్రేయ నుండి వచ్చే బదులు కోసం ఆత్రంగా కాచుకున్నా!

(పాలపిట్ట ఏప్రిల్ 2020 లో ప్రచురితం)

కె. నల్లతంబి

www.ingramcontent.com/pod-product-compliance
Lightning Source LLC
LaVergne TN
LVHW041517240825
819434LV00035B/560
* 9 7 8 9 3 9 2 9 6 8 8 2 2 *